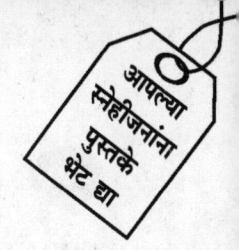

आपण सारे अर्जुन

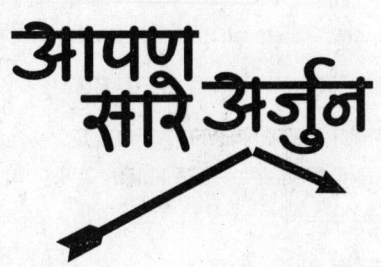

व. पु. काळे

मेहता पब्लिशिंग हाऊस

AAPAN SARE ARJUN by V.P. KALE

- **आपण सारे अर्जुन...**
वपु काळे / वैचारिक
Email :
author@mehtapublishinghouse.com

© स्वाती चांदोरकर व सुहास काळे
मराठी पुस्तक प्रकाशनाचे हक्क
मेहता पब्लिशिंग हाऊस प्रा.लि., पुणे.

- संस्थापक
सुनील अनिल मेहता,

- प्रकाशक
मेहता पब्लिशिंग हाऊस प्रा. लि.,
१९४१, सदाशिव पेठ,
माडीवाले कॉलनी,
पुणे - ४११०३०.

- मुद्रक
श्री मुद्रा

- मुखपृष्ठ
कमल शेडगे

- किंमत : ₹ १८०

- P Book ISBN 9788177667509
E Book ISBN 9788184987140
E Books available on :

amazonkindle Apple Books Google Play Books

- प्रकाशनकाल
फेब्रुवारी, १९९७ / मे, १९९७ /
फेब्रुवारी, १९९८ / फेब्रुवारी, १९९९ /
फेब्रुवारी, २००० / फेब्रुवारी, २००१ /
एप्रिल, २००२ / सप्टेंबर, २००३ /
जानेवारी, २००५ / नोव्हेंबर, २००५ /
ऑक्टोबर, २००६ / जून, २००७ /
मे, २००८ / फेब्रुवारी, २००९ /
जानेवारी, २०१० / ऑक्टोबर, २०१० /
ऑगस्ट, २०११ / एप्रिल, २०१२ /
जानेवारी, २०१३ / जुलै, २०१३ /
जून, २०१४ / एप्रिल, २०१५ /
मार्च, २०१६ / मार्च, २०१७ /
मार्च, २०१८ / मे, २०१९ /
ऑक्टोबर, २०२० / जानेवारी, २०२२ /
जानेवारी, २०२३ / जानेवारी, २०२४ /
पुनर्मुद्रण : जानेवारी, २०२५

संसारात माणसाला काय
हवं असतं? इंग्रजी भाषेतच
योग्य शब्द आहे :
CONCERN
याच्या जोरावर बाकीचे मतभेद
दृष्टीआड करता येतात.
माधुरी आणि अनंतराव भागवत
ह्यांच्या यशस्वी संसाराचं हेच
सूत्र आहे.
CONCERN
ही आवृत्ती त्यांच्या संसाराला!

वपु

एक

माणूस

परमेश्वराची सर्वोत्कृष्ट निर्मिती! वाक्य सहजतेनं निसटलं. हे प्रचितीचं विधान नाही. रोज सकाळ-संध्याकाळ मी परमेश्वराशी जणूकाही गप्पागोष्टी करत आलोय. इतक्या सरावानं मी लिहिलं, पण तसा प्रत्यक्ष अनुभव नसताना हे विधान मनापासून करावंसं वाटलं, ते तशीच प्रेरणा झाली म्हणून.

प्रेरणा झाली हे नक्की प्रचितीचं द्योतक आहे. माणूस ही त्या शक्तीची निर्मिती म्हटल्यावर त्या निर्मितीचं परिपूर्ण आकलन माणसाला कसं होणार? माणसाला जाणून घ्यायचं असेल, तर माणसापेक्षा मोठ्या उंचीवर जायला हवं.

NO ARTIST CAN CREATE A CHARACTER GREATER THAN HIMSELF. कलाकृती निर्मात्यापेक्षा मोठी होऊ शकत नाही. लेखक, कवी, नाटककार, नट, नर्तिका, चित्रकार, शिल्पकार कोणताही प्रांत घ्या. ह्या यादीत शास्त्रज्ञसुद्धा आहेत. तेव्हा माणूस समजून घ्यायचा असेल, तर आहे त्यापेक्षा वेगळी उंची हवी. माणूस

म्हणजे दुसरा किंवा समोर येणारा कोणताही माणूस नव्हे. माणूस म्हणजे आपण स्वत:.
हे शक्य आहे? आपली निर्मिती त्या कुण्या शक्तीनं केली असेल, तर आपण आहोत त्याच्यापेक्षा श्रेष्ठ होऊ शकू का?
नक्कीच नाही.
ते शक्य असतं, तर आपण आपल्यालाच एक तिऱ्हाईत व्यक्ती म्हणून अंतरावरून, उंचावरून पाहू शकलो असतो. स्वत:चा स्वभावही बदलू शकलो असतो.
खरंच ही शक्ती माणसाला लाभली असती, तर आयुष्यभर दुसऱ्या माणसात बदल घडवून आणण्याच्या खटाटोपात जिवाचं रान करण्याऐवजी त्यानं स्वत:त बदल घडवून आयुष्याचा बगीचा केला असता.
मग व्यासांना महाभारतही लिहावं लागलं नसतं. महाभारतातल्या प्रत्येक व्यक्तीपेक्षा व्यास श्रेष्ठ होते, म्हणूनच महाभारताची निर्मिती झाली आणि व्यासांनी आमच्यासारख्या लेखकांसाठी एकही विषय ठेवला नाही.
एकच व्यास.
उरलेल्यांचा लिहिण्याचा हव्यास.
त्यांत मीही आलोच.
पण तो हव्यासच असल्यामुळं तीस वर्षांत बावन्न पुस्तकं लिहूनही माणूस समजला नाही. मीही मला अजून अज्ञात आहे.

मी भगवद्‌गीता, महाभारत वाचलेलं नाही, पण मी माझ्यापुरती एक व्याख्या केली आहे. प्रत्येक माणूस म्हणजे महाभारत. महाभारत शब्दाला समांतर शब्द 'षड्रिपू' आणि माणसाला त्या शक्तीचा शोध घ्यावासा वाटला, ध्यास लागला की 'भगवद्‌गीता' सुरू झाली असं समजावं. ही 'भगवद्‌गीता' माझ्या मनात सुरू झाली, त्याचं श्रेय माझा मित्र गिरीश ठक्करला आहे. ज्ञानेश्वरीतल्या भाषेचं मला आजही आकलन होत नाही. प्रा. शंकर वैद्य, शांताबाई शेळके, शेवाळकर ही अभ्यासू माणसं जेव्हा विसाव्या शतकातल्या मराठीत त्याचं निरूपण करतात, तेव्हा आपण रित्या न होणाऱ्या खजिन्याला अजून पारखे झालो आहोत, हे जाणवतं.
पण वसुंधरेची ब्रेन ट्युमरची सलग ऑपरेशन्स सुरू झाली, तेव्हा मनाचा पाचोळा झाला होता आणि काही टक्के तरी अर्जुन जास्त प्रमाणात शरीरभर व्यापून राहिला होता. मनाचं कुरुक्षेत्र झालं होतं. त्या वेळी गिरीशनं रजनीशांच्या कॅसेट्स आणून दिल्या आणि सांगितलं,
"ह्या ट्रँक्विलायझर्स, सिडेटीव्हज् म्हणून वापरायच्या. कॅसेट लावायची आणि आडवं व्हायचं. कधी डोळा लागेल, ते कळणार नाही."

तेव्हा कळलं, ह्या डोळे उघडणाऱ्या कॅसेट्स आहेत. कृष्ण, पतंजली, कबीर, बुद्ध, महावीरपासून रसेल, सार्त्र, फ्रॉईड, लाओ-त्से, गुर्जिएफ, न्यूटन, आइनस्टाइन इथपर्यंत विचार केलेला. रजनीश हा एक चमत्कार आहे.

ओशोंनी मला कृष्णापर्यंत नेलं.

कृष्ण ह्या व्यक्तिचित्रानं मला भारावून टाकलेलं होतंच. ओशोंनी मला तो जास्त उलगडून दाखवला. महाभारताचाही वेगळा अर्थ समजला. माणूस! तिथंही प्रकर्षानं माणसाचंच दर्शन. दिलासा इतकाच की, माणसाच्या बरोबरीनं असंख्य रूपांतला कृष्ण तिथं होता.

कृष्णाबद्दल किती लिहावं? त्याहीपेक्षा कसं लिहावं? इथंही पुन्हा कृष्णापेक्षा मोठं झाल्याशिवाय कृष्ण समजणं अशक्य. मीरेइतका समर्पण भाव धारण करता आला, तर मीच कृष्णमय होईन. असं अद्वैत झालं, तर कृष्ण समजणं आणखी अशक्य. द्वैत असेल, तरच भक्ती संभवते.

कृष्ण खरंच होता का? तीसुद्धा व्यासांची निर्मिती असेल, तर त्या प्रतिभेला, चैतन्याला, एका वाळूच्या कणाएवढा लेखक म्हणून पदस्पर्श करावा.

'रथचक्राच्या तळी मृत्यूचा मान मला द्यावा' असं गदिमांच्या नायिकेसारखं म्हणावंसं वाटतं. देवकीपोटी जन्म, वाढला यशोदेजवळ आणि सेवा केली पांडवांची आणि तरीही आजच्या खासदारांप्रमाणे त्यानं 'पक्ष बदलला' असं म्हणता येत नाही. लहानपणी चोऱ्या केल्या, पण कोणतंही इंडियन पीनल कोड न लावता. आपल्याला असं काही जमलं नाही, अशी रुखरुख लागावी अशा चोऱ्या! ताक केल्यावर रवी चाटायला मिळावी, हा आमच्या भाग्याचा हायलाइट! शृंगार केला, पण त्याचं व्यभिचारात रूपांतर झालं नाही. कपट केलं, कारस्थानं केली, तरी त्याचा तिरस्कार वाटला नाही.

कारण काय असेल?

ह्यात कुठंही स्वार्थ नव्हता; दांभिकता नव्हती. प्रत्येक कृतीमागं समाजाचं हित हाच शुद्ध हेतू होता. लिप्त आणि अलिप्त ह्यांतल्या सीमारेषेवरही बोट ठेवता येणार नाही, एवढं असीम रूपडं!

माणसांबाबत काय लिहावं?

माणूस.

प्रत्येक माणूस म्हणजे एक कोडं आणि एक माणूस एकदाच, हे आणखी एक कोडं. महाभारताच्या नंतर ग्रंथनिर्मिती बंद झाली असती तरी चाललं असतं, हे म्हणूनच व्यक्त केलं.

पण माणूस ज्याप्रमाणे ठरावीक टप्प्यापल्याड पाहू शकत नाही, त्याप्रमाणे त्याला भूतकाळातही फार खोलवर शिरायची इच्छा नसते. त्यात भर म्हणजे रामायण-

महाभारत ह्यांना धार्मिक लेबल लागल्यामुळं हे वाचन वार्धक्यासाठी, असा आम्ही ठाम समज करून घेतला. ह्या ग्रंथांकडं आम्ही तर्कानं पाहिलं. रामायणाकडं कदाचित भक्तिभावानं पाहिलं असेल. रामायण म्हणजे आदर्शवाद. तिथं मस्तक मनापासून किंवा नाटकीपणानं झुकवलं की संपलं! सगळ्या देशाची स्वातंत्र्यानंतर लंका झाली असली, तरी पांढऱ्या टोपीनं 'रामराज्य' डिक्लेअर केलं की काम झालं.

प्रभू रामचंद्रांनी बालवयात जसा 'चंद्र हवा' म्हणून हट्ट धरला होता, त्याप्रमाणे रामायण चंद्रासारखं शीतल आहे. आदर्श प्रत्यक्ष आचरणात आणायचे नसले की, शीतलच असतात.

महाभारत सूर्यासारखं प्रखर आहे. कारण सूर्याप्रमाणे ते रोज उगवतं. त्याला फक्त जन्म आहे. त्याला अंत नाही. सूर्याबरोबरच असंख्य जीव जन्माला येतात. यशवंत रायकर ह्यांच्या २४ एप्रिल, १९९४च्या 'लोकसत्ता'तल्या लेखानुसार भारतात १.२ सेकंदाला एक मूल जन्माला येतं. म्हणजे एका वर्षांत दोन कोटी चाळीस लाख जीव! दोन हजार एक साली जगाची लोकसंख्या सातशे पन्नास कोटी असेल.

आणि तरीही ह्यांपैकी एकही माणूस दुसऱ्याची कार्बन कॉपी नसेल, हाच विचार प्रथम माझ्या मनात आला. हेच महाभारत!

जगाच्या भावी लोकसंख्येचा विचार मी कशासाठी करू? तोपर्यंत मी हयात असणं शक्य नाही; आणि समजा जगलो, तरी ह्या लोकसंख्येशी जसा माझा संबंध नाही, तसाच तुमचाही.

आपल्या परिवारातल्या प्रत्येक माणसाची आज आपल्याला काय माहिती आहे? आपण ज्यांना अनेक वर्षं ओळखतो असा दावा करतो, ती व्यक्ती एखाद्या क्षणी अशी वागते की, त्या क्षणी ती अपरिचितच वाटू लागते.

स्वतःच्या आईचाही त्याला अपवाद नाही.

अशी एक आई माझ्या परिचयाची आहे. तिच्या मुलाचे ऐन तारुण्यात डोळे गेले. ही बाई अत्यंत कहरी, तापट. स्वतःच्याच मुलाला रागाच्या भरात तिनं 'ए अंधळ्या' म्हणून हाक मारली. तिचं व्यक्तिचित्र लिहिलं तर वाचकांना खोटं वाटेल. पंचवीस वर्षं हा विषय मी टाळला आहे. माणूस असा एकटा असतो. जन्मभर!

अर्थात जो विचार करतो, त्यालाच हे जाणवतं. 'एखादा क्षण' असं म्हणायचं. तो नेमका कोणता? माझ्या मते 'अपेक्षाभंगाचा क्षण' हाच तो क्षण. तो क्षण म्हणजे एक विजेचा झटकाच असतो. स्वतःच्या आईकडून चांगल्या सुविद्य मुलाला स्वतःची आईसुद्धा सुशिक्षित असताना 'ए अंधळ्या' हे शब्द ज्या क्षणी ऐकावे लागले असतील, त्या क्षणी दृष्टिहीन अवस्थेतही डोळ्यांसमोर एक विजेचा लोळ उतरला असेल. आई ह्या नात्याची एका क्षणी अशी ओळख होणं म्हणजे तोपर्यंतचा

सहवास एका अनोळखी बाईचा लाभला.

असेच अपेक्षाभंगाचे क्षण आपल्याला खात्रीच्या, जिव्हाळ्याच्या माणसांकडून वाट्याला येतात. ते सगळे विजेचे झटके असतात आणि हे फटके जवळच्याच माणसांकडून मिळतात. परक्या माणसांकडून आपण कसलीच अपेक्षा बाळगीत नाही, तेव्हा ती माणसं काय झटके देणार?

अंधारात वीज चमकली की वाट उजळून निघते; पण नंतरचा अंधार जास्त गडद होतो. नजर तोपर्यंत अंधाराला सरावलेली असते. प्रकाशाचा क्षण अपरिचित असतो. मनाची पूर्वतयारी नसताना विजेचा लोळ येतो आणि जातो.

झटका बसतो. संवेदना बधिर होतात.

अपेक्षाभंगाचा क्षण, झटका ह्याहून वेगळा असतो का? आयुष्य आजवर किती जगलो, ह्या आकडेमोडीत काही अर्थ नाही. प्रकाश आणि अंधाराचा खेळ कॅलेंडरवरच्या चौकोनांसाठी. आपल्या आयुष्याच्या वाटेवर कायम अंधारच असतो. क्षणाला क्षण घट्ट चिकटून असतानाही पुढच्या क्षणी काय घडणार आहे, हे आपल्याला माहीत नसणं म्हणजे अंधारच नव्हे काय? जेवता-जेवता ठसका लागणं, चालताना ठेच लागणं इतक्या किरकोळ बाबींपासून एखाद्यानं पत्नीला चहा करायला सांगणं आणि एक कप चहा तयार व्हायच्या आत त्यानं जगाचा निरोप घेणं इतक्या महान घटनांपर्यंत पुढचा क्षण अज्ञात असतो.

अपेक्षाभंगाचा क्षण हा प्रकाशाचा किरण! आपण अंधारातून चालत आहोत, ह्याची जाणीव हा किरण करून देतो.

प्रकाशाचा हा किरण धरून ठेवता येणं ही इतर अनेक कलांपैकी श्रेष्ठ कला! पण ती कला आहे, हेच आपल्याला ज्ञात नाही. म्हणूनच आपण तेवढ्यापुरते सावध होतो आणि पुन्हा अंधारातली वाटचाल चालू ठेवतो.

ह्या अंधारातल्या प्रवासासाठी आपण कायम कुणाचातरी हात शोधत असतो आणि आपलाही हात असाच कुणालातरी हवा असतो. जोपर्यंत त्या हातात ऊब देण्याची क्षमता आहे, तोपर्यंत तो हात आपण सोडत नाही आणि तीच क्षमता आपल्याजवळ आहे, तोपर्यंत आपलाही हात कुणी सोडत नाही. ह्या महाप्रवासात आणि प्रवाहात किती हातांनी आपल्याला आधार दिला आणि सोडला, हेही आपल्या ध्यानात राहत नाही. एखाद्याच भाग्यवंताला काही स्पर्श शेवटच्या श्वासापर्यंत साथ करतात. स्पर्श संपला, तरी स्मृती उरतात.

कुणाचातरी हात शोधण्याच्या धडपडीतच हे अपेक्षाभंगाचे झटके बसतात. हे झटके खरेतर दीपस्तंभ व्हायला हवेत. कुणी कुणाचा नाही.

'आपद्दीपो भव'. ह्याची दिशा दीपस्तंभानं दाखवायला हवी; पण तसं घडत नाही. आपण नवे आधार शोधत राहतो आणि नव्या ओळखीतूनच जुनेच फटके खात राहतो. हे फटके खाण्याची सहनशीलता संपली, म्हणजे कुणी ज्ञानमार्गाकडं, तर कुणी भक्तिमार्गाकडं वळतो. कुणी देवळात, तर कुणी बारमध्ये!

कुणी नुसतेच गोंधळलेले.

हे सगळे अर्जुनाचे अनुयायी.

माझ्याचसारखे.

कायम गोंधळलेलं. हे करू की ते? हे बरोबर की ते? हे झाले साधे प्रश्न. त्याहीपेक्षा आपण परंपरेनं किती जखडलेले असतो!

पाप-पुण्य, नीति-अनीति, चारित्र्य, समाज, रूढी, संस्कार, उपासतापास, व्रतवैकल्यं, शुभ-अशुभ ह्या न संपणाऱ्या मालगाडीच्या प्रवासात आपण आपल्याला हवं ते आयुष्य जगतो का?

गोंधळलेलं मन म्हणजे काय, ह्याची मला प्रचिती आली आहे म्हणण्यापेक्षा मी त्या प्रचितीतच जगतोय; आणि हा गोंधळ माणसांनीच घातलेला आहे, म्हणून तर प्रारंभी लिहिलं,

'महाभारतानंतर एकही ग्रंथ लिहिला गेला नसता, तरी चाललं असतं.'

प्रत्येक माणूस म्हणजे महाभारतच! एका वर्षात दोन कोटी चाळीस लाख जीव जन्माला येतात.

ह्यांतले कौरव किती? पांडव किती?

मुळातच पांडव पाच असतात, तेव्हा कौरव शंभर असतात. हजारो वर्षांपूर्वी लिहिलेल्या ह्या महान ग्रंथात सुष्ट आणि दुष्ट ह्यांचं हेच प्रमाण असतं, हे व्यासांना सुचवायचं आहे का?

अनेकानेक प्रश्नांनी मी गोंधळलेलो आहे आणि त्या विराट शक्तीसमोर वाकलेलो आहे. श्वास घेणं आणि सोडणं पॅरा-सिम्पथॅटिक सिस्टीममध्ये आहे, म्हणून मी अजूनतरी हयात आहे. तो प्रश्न ऐच्छिक असता, तर 'आता श्वास घ्यावा की सोडावा?' ह्या गोंधळात पडून केव्हाच आटपलो असतो. दोन गोष्टींनी मला कायम कोडं घातलेलं आहे. त्यांपैकी एक म्हणजे माणूस. डोळ्यांना दिसणारा, श्रुतींनी ऐकू येणारा, स्पर्शानं जाणवणारा, तरीही माझ्यापर्यंत संपूर्ण न पोहोचणारा.

दुसरी गोष्ट म्हणजे 'क्षण'.

सर्वांत लहान 'अणू' म्हणतात. शास्त्रानं तरीही त्याला धरून ठेवलंय; पण हा त्रिकालाबाधित काळ आहे, त्याला ज्या दुव्यानं जोडलेलं आहे आणि एक अखंडित

स्रोत निर्माण केला आहे, त्या क्षणाइतका सूक्ष्म दुवा दुसरा असेल का?
ज्या क्षणी माणूस शेवटचा श्वास घेतो, तेवढ्याचीच नोंद DEATH CERTIFICATEवर करता येते. पण उभ्या हयातीत तो सापडतो का? त्याचा नित्य वापर होतो; पण तो दिसावा, ऐकावा, स्पर्शावा हा विचारही मनात येत नाही. महाभारताच्या काळीपण तो होता. आजही आहे. महाभारत संपत नाही. असल्या विचारांपायी माझा कायम अर्जुन आणि आम्हाला कृष्ण भेटणं अशक्य! पृथ्वीतलावरचा एकमेव भाग्यवान पुरुष म्हणजे अर्जुन.
मी हे मानतो आणि इथूनच वाट हरवलेल्या जंगलात सूर्याचा किरणंही ज़मिनीवर पोहोचणार नाही, अशा निबिड अरण्यात मी हरवतो.
मला समज आल्यापासून एका चित्रानं मला कायम भुरळ घातलेली आहे आणि जबरदस्त जखमही केलेली आहे.

'सेनयोरुभयोर्मध्ये रथं स्थापय मेऽच्युत।' ह्या प्रसंगावरचं चित्र.
अश्वत्थाम्याच्या कपाळावरची जखम अजून भरून आली की नाही, मला माहीत नाही. मी मात्र जाणीव जागी झाल्यापासून जखमी मन:स्थितीतच वावरत आहे.
धर्मक्षेत्रावर एकमेकांचा जीव घेण्यासाठी जमलेले लाखो वीर आणि त्यांच्या मध्यभागी उभा असलेला अर्जुनाचा रथ. धर्मक्षेत्रावर जर एवढा प्रचंड संहार होणार असेल, तर अधर्मक्षेत्रावर काय चाललं असेल? खरंतर अधर्मक्षेत्रावर जेवढा संहार होत नाही, तेवढा रक्तपात धर्मक्षेत्रावरच होतो. दीड-एक वर्षांपूर्वी मुंबईत झालेला रक्तपात हा काय अधार्मिक क्षेत्रातला होता? निधर्मी राज्य जाहीर करणं हे राजकारण आहे, थोतांड आहे. स्वातंत्र्य मिळाल्यापासून जितके दंगे झाले, ते अधार्मिक होते काय? लोकशाही म्हणताना दंग्यात जीव गमावलेल्यांना दोन-दोन लाख रुपयांच्या देणग्या जाहीर करताना राज्यकर्त्यांनी जनतेची परवानगी घेतली होती का? ह्या बिनडोक घोषणेपायी एका प्रेतावर स्वत:चा हक्क सांगण्यासाठी मेलेल्या माणसाशी संबंध नसलेली आठ-आठ, दहा-दहा माणसं जमत होती, हे चित्र आजच्या धृतराष्ट्रापर्यंत पोहोचलं आहे का?
मी ह्याहून भयानक बातमी ऐकली आहे. एका झोपडपट्टीत एक म्हातारा हार्ट-ॲटॅकनं गेला, असं समजताक्षणी त्याच्या छातीत सुरा खुपसून त्याला दंग्यातला बळी करण्यात आलं.
हे तर धर्मापलीकडचं युद्ध. अर्थयुद्ध!
महाभारत फक्त सुरू होतं; आणि जास्तीतजास्त प्राणहानी धर्माच्या नावाखालीच होते. भारतात जेवढं कापड निर्माण होतं त्या सगळ्या कापडाच्या निधर्मी मलमपट्ट्या

केल्या, तरीही धर्माच्या धारा थांबणार नाहीत.
उलट कोणत्याही दंग्याधोप्यांना आणि युद्धाला धर्माचं पाठबळ मिळालं की, त्या शस्त्रांना एक वेगळी तत्त्वज्ञानाची धार चढते आणि मग तशा युद्धाची खडान्‌खडा माहिती ऐकायला धृतराष्ट्रासारखा आंधळाही उत्सुक होतो. युद्धाची COMMENTRY सांगायला दिव्य दृष्टीचा संजयही सापडतो. त्या काळात फक्त संजयच्या कॉमेंट्रीवर 'एक्सपर्ट्स कॉमेण्ट्स करणारा, ढाल्या आवाजातला' लाला अमरनाथ नव्हता.
धृतराष्ट्र एका बाबतीत भाग्यवान! तो जन्मांध होता. तरी आपले दिवटे चिरंजीव शंभर नंबरी नसून केवळ संख्येनंच शंभर आहेत हेही त्याला माहीत होतं. त्यामुळे भर राज्यसभेत ते काय काय अत्याचार करीत होते, इकडं त्याला मुद्दाम काणाडोळा करावा लागला नाही.
कौरवही भाग्यवान! बापाचा धाक नसेल, तर निदान आईचं जास्त सूक्ष्म लक्ष असतं. किंबहुना विसाव्या शतकातही आई म्हटलं की, ती 'अनंतकाळची माता' असल्यामुळं शतक कोणतंही असो, तिचं मुलांकडं जास्त लक्ष असतं; पण इथं गांधारीनंच डोळ्यांवर पट्टी बांधली आणि कौरवांना मोकळं रान मिळालं!
एका आंधळ्या राजानं विचारलेल्या प्रश्नापासून गीतेसारख्या महान ग्रंथाचा प्रारंभ होतो. जगात जितके प्रश्न निर्माण होतात, ते आंधळ्या माणसांपासूनच.

दोन

महाभारताचा काळ पुष्कळ अंतरावर गेला, तेव्हा तो जरा बाजूला ठेवू. महाभारताच्या काळातल्या घटना जशाच्या तशा आपल्यापर्यंत पोहोचल्या आहेत, ह्याला पुरावा काय?
आज आपल्या आजूबाजूला जे चाललं आहे, ते महाभारतापेक्षा काही वेगळं आहे का? धर्माचं क्षेत्र पृथ्वीतलावर आजही सापडणार नाही. कारण असं क्षेत्र निर्माण झालं, तर तिथं युद्ध होण्याचं काही कारणच नाही. पण धर्माच्या नावाखालीच सगळी युद्धं चालली आहेत. मंदिरं आणि मशिदी हे युद्धाचेच अड्डे आहेत. अगदी अलीकडचं बाबरी मशिदीचं उदाहरण वेगळं काय दर्शवतं? ते शुद्ध रामावरचंच प्रेम होतं का? ह्या लोकांची रामरक्षा तरी तोंडपाठ आहे का? एका जुन्या पडक्या इमारतींच्या निमित्तानं सगळ्या देशात अशांती निर्माण करणं हे धर्मक्षेत्रावरच ना?
एकविसाव्या शतकाच्या आगमनाचा जाता-येता नारा वाजवणाऱ्या पुढाऱ्यांपैकी, राज्यकर्त्यांपैकी डोळस किती आणि आंधळे किती?

सध्याचं राजकारण हा महाभारताप्रमाणे मती गुंग करणारा विषय आहे; पण तो महाभारतासारखा श्रेष्ठ नाही. महाभारतानं उंचीचं अंतिम शिखर गाठलं असेल, तर आमच्या राज्यकर्त्यांनी दरीची शेवटची खोली जिंकली आहे. दोन्ही गोष्टी आपल्यापासून लांबवर आहेत.

आपल्या स्वत:च्या आयुष्यात तरी वेगळं काय आहे?
आपलं कुटुंब महाभारताचा भाग नाही का?
लग्न-विवाह हा एकच विषय खूप मोठा आहे. आजही देशस्थ, कोकणस्थ, कऱ्हाडे, सी.के.पी., एस.के.पी. हे भेदभाव नाहीत का? समोरची व्यक्ती आपल्यासारखीच जिवंत आणि सुशिक्षित माणूस आहे, ह्याचा कितपत विचार होतो? सौंदर्याच्या बाबतीत प्रत्येकाच्या अपेक्षा वेगळ्या असतील, हे मी समजू शकतो. गरिबी आणि श्रीमंतीचे राक्षस अजून मध्ये येतात. परंपरा, संस्कार, मानपान, देवाणघेवाण अशा किती क्षुद्र गोष्टींभोवती आजही आपण वावरत आहोत? कशाच्या आधारावर आपण स्वत:ला माणूस म्हणवून घ्यायचं?
आपण सगळे अर्जुनच!

अर्जुन म्हटलं की, दुर्योधन आलाच. म्हणजे महाभारत आणि मला जखमी करणारं ते चित्रही. हे चित्र मी निव्वळ चित्र ह्या भावनेनं कधीच पाहू शकलो नाही. ह्या एका चित्रात कौरवांची हडेलहप्पी, पांडवांची ससेहोलपट, भीष्म, द्रोणाचार्य, कृपाचार्य ह्यांच्यासारख्या मुत्सद्दी-विद्वानांची निष्क्रिय सहानुभूती, कुंती-द्रौपदीची अवहेलना-विटंबना, माणसांतली संहारक वृत्ती, एका संप्रदायाची मातीमोल होणारी उभी हयात, मातीवर होणारी रक्ताची शिंपण, एकेका वीराच्या मरणानंतर मागं घुमत राहणारा परिवाराचा आक्रोश, उजाड घरं, पांढरी कपाळं असे अनंत देखावे मला त्या चित्रात दिसतात आणि नकळत नजर अर्जुनाकडून कृष्णाकडं जाते.
तिथं बुद्धी थकते.
प्रत्यक्ष परमात्मा सग्यासोयऱ्याप्रमाणे खांद्यावर हात ठेवून सोबतीला असताना हे असंच व्हायला हवं होतं का? कृष्णावताराचं हेच का जीवितकार्य? धर्मसंस्थापनार्थाय पुन:पुन्हा मी अवतार घेईन, ह्या वचनाचा आधार वाटतो; पण मग त्याला तो अवतार तरी का घ्यावा लागला? विसाव्या शतकापेक्षा त्या काळात जास्त अराजक होतं का? नागासाकी, हिरोशिमात लाखो निरपराध माणसांची त्यांना समजायच्या आत राखरांगोळी झाली. ते धर्मयुद्ध होतं का? प्रतिकारासाठी तरी त्यांना संधी मिळाली? युद्ध करण्यासाठी ठरावीक कार्यक्षेत्र निवडून दुसरं महायुद्ध झालं का? शौर्याची शर्यत लागली का? युद्धकौशल्य पणाला लावलं गेलं का? शाळेत

जाणाऱ्या तीन आणि चार वर्षांच्या मुलांपासून घरोघरी वास्तव्य करणारे तरुण, वृद्ध नागरिक हे सगळेच्या सगळे शत्रू होते?

शत्रूची व्याख्या काय?

शत्रुत्व पैदा होण्यासाठी प्रथम परिचय हवा. त्याचं मैत्रीत रूपांतर व्हायला हवं. मग केव्हा तरी किरकोळ अपेक्षा पूर्ण झाल्या नाहीत, म्हणून मतभेद किंवा 'अतिपरिचयात् अवज्ञा' असे शत्रुत्वाचेही टप्पे असतात.

दोन राज्यकर्त्यांमध्ये तात्त्विक मतभेद होतात; सैन्य उभी केली जातात आणि प्रत्यक्ष रणांगणामध्ये दोन अनोळखी माणसं एकमेकांना मारतात. त्यांचं तर एकमेकांशी कोणतंच वैर नसतं. भाषाही एक नसते. आपण हिंदू आणि समोरचा मुसलमान, हेही गोळ्या झाडताना ध्यानात नसेल. 'मी मारलं नाही, तर तो प्राण घेईल' इतक्या साध्या जगण्याच्या इच्छेतून गोळ्या सुटतात.

बळी जाणारा जीव एक चालता-बोलता जीव आहे, हे शक्तीनं उन्मत्त झालेल्या माणसाला कधीच जाणवणार नाही का?

एका घटनेची आठवण झाली, तर आजही माझ्या अंगावर काटा येतो. दुसऱ्या महायुद्धातली घटना! एका खंदकात एक सैनिक दबा धरून बसला होता. शत्रुपक्षातला एक सैनिक चाहूल लागू न देता मागं येऊन उभा राहिला, पण त्याच्या पाठीत संगीन खुपसण्यापूर्वी तो काय करतोय हे त्याला पाहावसं वाटलं. त्यानं पाहिलं, तर खंदकात बसलेल्या सैनिकाच्या हातांत त्याच्या पत्नीचा आणि मुलीचा फोटो होता आणि तो ढसाढसा रडत होता. ते पाहताक्षणी त्या सैनिकानं बंदूक फेकून दिली, खंदकात उडी मारली, खिशातून स्वत:च्या बायको-मुलाचा फोटो काढला आणि दोघं एकमेकांना मिठी मारून रडू लागले.

स्वार्थी, सत्तालोलुप राज्यकर्त्यांना ही चित्रं कल्पनेनं तरी नजरेसमोर आणता येतील का? भारताला रक्तलांछित स्वातंत्र्य मिळालं, हे निखळ सत्य डोळ्यांसमोर घडूनही नफ्फड राज्यकर्ते हे मान्य करीत नाहीत, मग युद्धभूमीवरचे हे असे प्रसंग ते काय कपाळ नजरेसमोर आणतील! महाभारताच्या काळात एकच धृतराष्ट्र होता. आजची आंधळ्यांची संख्या कशी मोजायची?

हिंसा, बलात्कार, भ्रष्टाचार, हुंडाबळी, अमाप लोकसंख्या, दलितांपासून भटक्या विमुक्त जमातीपर्यंत निधर्मी राज्यात सत्ताधारी पक्षानं जपलेल्या, पोसलेल्या जाती, लाचखाऊ मंत्री, खुनी आमदार-खासदार, थ्री स्टार्स हॉटेल्स आणि द्राक्षांचे मळे पिकवणारे पुढारी, स्विस बँकेत खाती बाळगणारे सत्ताधीश, परदेशांत जमिनी घेणारे मंत्री, अब्जावधी रुपयांचं जागतिक बँकेचं कर्ज – अजून अवतार घेण्यासारखी परिस्थिती नाही का?

राजकीय पातळीवरचे प्रश्न आपल्या आकलनापलीकडे आहेत. शेवटी हे प्रश्न आपल्यापर्यंत पोहोचतात ते वर्तमानपत्रांतून. त्यातल्या सत्यासत्यतेची तरी कुठं शाश्वती आहे? कोणतं ना कोणतं वृत्तपत्र कोणत्या ना कोणत्या पक्षाला, नाहीतर उद्योगपतींना विकलं गेलं आहे. ते खरंतर NEWS PAPERS नाहीत, तर VIEWS PAPERS आहेत. एखादा प्रचंड मोठा भ्रष्टाचार प्रथम उघडकीला आला की, तो मथळ्याचा विषय होतो. चौकशी समिती नेमून काही प्रतिष्ठितांची चार-पाच महिने सोय होते. हळूहळू त्या HEAD LINE ची पीछेहाट होत, चौथ्या पानावर तिचा TAIL PIECE होतो आणि हल्ली रोज नव्या भ्रष्टाचारासाठी मथळ्याची जागा रिकामी ठेवावी लागते. तरीसुद्धा राज्य चाललं आहे.
न्यूटनच्या मूव्हमेंटच्या तत्त्वाप्रमाणे आपल्या देशाची लोकसंख्याच इतकी प्रचंड आहे की, तिच्याच गतीनं राज्य आपोआप चाललं आहे.

माझ्यासकट सगळा मध्यमवर्ग म्हणजे एकूण एक सरकारी कचेऱ्यांतला नोकरवर्ग, बँकेतला त्यामानानं सुखवस्तू नोकरवर्ग बातम्या वाचतो आणि गप्प बसतो.
का?
कारण ह्याच यंत्रणेनं प्रत्येक माणसाचं दैनंदिन आयुष्य इतकं धकाधकीचं केलं आहे की, वैयक्तिक पातळीवरचे प्रश्न सोडवण्यातच त्याचा दिवस जातो.
जर अशी कल्पना केली की, लाखो मध्यमवर्गातले वाचक अशीच एखादी भ्रष्टाचाराची बातमी घराघरांतून, पण एकाच वेळी वाचत आहेत. क्षणात घरोघरी ठिणगी पडते आणि त्या क्षणी सगळे चिडले. 'नोकरी, संसार, आयुष्य गेलं जहन्नममध्ये; पण जे चाललंय त्याचा निकाल लावू.' असं म्हणत घराबाहेर पडले, तर त्या ठिणग्यांचा भस्मासुर होईल आणि एकही स्मगलर, राज्यकर्ता, भ्रष्टाचारी दुसरा दिवस पाहणार नाही.
पण तसं घडणार नाही.
टक्केवारीच्या जीवघेण्या स्पर्धेत अर्धा टक्का मार्क कमी पडतो. उच्च शिक्षणासाठी पालकांची ह्या विद्यालयाकडून त्या विद्यालयाकडे अर्धाच टक्का मार्क कमी पडला, म्हणून मुलासाठी फरफट सुरू होते. अशा अवस्थेत मुलाचं भवितव्य कसं सुकर करायचं, ह्या चिंतेतला बाप कोणत्या स्मगलरच्या मंगलकार्याला कोणता मंत्री उपस्थित होता, ही बातमी वाचेल का? किंवा हर्षद मेहतानं इतके कोटी नेण्यासाठी कोणती बॅग वापरली, हे तो कधी बघेल? रोजचं जगणं म्हणजे मरण झालं आहे, तरी त्याला जीवन म्हणायचं. प्रत्येक क्षणी मरण्यापलीकडं दुसरं शाश्वत काय आहे?

अशी उदाहरणं देत राहिलो, तर वेगळं महाभारत होईल. महाभारत असं म्हणायचं;

पण मला तर वाटतं, षड्रिपू ह्याला समांतर शब्द म्हणजेच महाभारत; म्हणूनच महाभारताला फक्त प्रारंभ आहे.

तीन

'हे असं का?' ह्या तीन शब्दांनी माझा अर्जुन केला. मला वाटतं, प्रत्येक माणूस दुसऱ्या माणसाला स्वत:सारखं करण्याच्या खटाटोपात असतो. संघर्षाचं हेच कारण आहे. पत्नीची पतीबाबत त्याच दिशेनं वाटचाल. नवऱ्याची तीच अपेक्षा. आई-वडलांचा मुलांबाबत संघटितपणे तोच प्रयत्न. तो संघटित असेल, तर थोडातरी कौतुकाचा भाग आहे, पण एकमेकांतच दोन ध्रुवांइतकं अंतर असेल, तर मुलांची मनं पायदळी तुडवली जातात. हीच घायाळ मनं लहानपणचे घाव जपत मोठी होतात आणि प्रचंड कडवट, तिरसट, उदास किंवा स्वार्थी, बेपर्वाईखोर होतात.

खरंतर दुसरी व्यक्ती ही दुसरीच आहे. त्या वरच्या शक्तीचा तो वेगळा आविष्कार आहे. चैतन्याची ती अनंत रूपं आहेत. हे सगळं निर्माण करण्याची साबणाची फॅक्टरी नाहीये. समोरच्या व्यक्तीनं तुमच्यासारखं का व्हायचं? भीमपलास म्हटलं की, निषाद कोमलच.

कोमल निषाद तीव्र केला की, मालकंसचा चंद्रकंस झाला. जे रागदारीच्या बाबतीत, तेच माणसांच्या; पण संसार म्हणजे रागदारी नव्हे. ते भावगीत आहे. जो सूर गोड वाटेल त्याचा स्वीकार व्हावा. भगवद्गीता हेही भगवंताचं गीत आहे. तर्कापेक्षा भक्तीनंच त्याचं स्वागत करायचं आहे; पण अर्जुन जसा तर्कावर तर्क उपस्थित करत राहिला, तेच आपण आयुष्यभर करतो.

आपली नजर सतत बाहेर, दुसऱ्यावर. जागेपणातले जास्तीतजास्त क्षण दुसऱ्याचा विचार. ह्याऐवजी आपण स्वत:चं मन वाचायचा प्रयत्न केला, तर?

आपण स्वत: पूर्ण पुरुष झालो, तर परिवारातील माणसं त्यांना वाटलं तर आपोआप मागं येतील. 'वाटलं तर' हा शब्द नाइलाजानं; पण प्रचिती आली, म्हणून वापरावा लागला. नीटनेटकेपणा, टापटीप, शिस्त ह्या पत्नीच्या गुणांचा अभिमान वाटण्याऐवजी त्याचा जाच वाटतो, म्हणून ऐन तारुण्यात पत्नीजवळ न राहणारा तरुण मी जवळून पाहिलाय. शनिवार-रविवार तो बायकोला भेटायला जातो आणि पसारा करून येतो. तरी तो स्वत:ला 'परफेक्ट' समजतो आणि दीड दिवसातल्या मुक्कामात जवळजवळ वयात आलेल्या मुलीला कधीकधी मारहाण करून परततो.

ह्या एकच अनुभवावरून कळतं की, जोडप्याला संसाराचं भावगीत करता आलेलं नाही. शास्त्रीय गायक स्वतःचं घराणं जपतात, इथपर्यंत ठीक आहे. कारण त्यांनी त्यासाठी आयुष्य वेचलेलं असतं, पण इतर घराण्यांना ते जेव्हा कःपदार्थ मानायला लागतात, तेव्हा त्यांच्यातला दुर्योधन प्रकट होतो; पण हे असे संसार पाहिले, म्हणजे हिंदी चित्रपटातली भुक्कड माणसं 'खानदान की इज्जत' राखताना हास्यास्पद वाटतात, त्याप्रमाणे अनेक परिवारांतली माणसं पूर्वज आणि परंपरा असलं काही भकायला लागली की, स्वार्थ आणि निष्क्रियतेव्यतिरिक्त दुसरं चित्र दिसत नाही.

आपण स्वतःचा जो विचार करतो, तो आत्मचिंतन, आत्मपरीक्षण ह्याचा विचार न करता केवळ आपल्या सोयीचा, सुखाचा विचार करतो आणि त्यासाठी इतरांचा वापर करतो. घरातला रांगता जीवही त्याला अपवाद नाही. त्याला खेळवायचं, ते स्वतःच्या आनंदासाठी. मुलगा तापानं फणफणला असताना त्याला मांडीवर घेऊन आई रात्रभर जागरण करते, शिवाय दुसऱ्या दिवशी कामावर जाते आणि बाप डाराडूर झोपतो, हेही चित्र परिचयाचं आहे.

पत्नीचा साथीदार होण्याऐवजी तिचा वापर करणारा पुरुष म्हणजे पत नसलेला पती.

महाभारतात वेगळं काय आहे? आणि आपल्या स्वतःच्या आयुष्यात महाभारतापल्याड वेगळं काय आहे? द्रौपदीचा द्यूत खेळताना वापर झाला, तो संपत्ती म्हणूनच. तेही स्वतःला 'धर्म' म्हणवून घेणाऱ्या पतीकडून. त्या काळी 'द्यूत' होतं. आज त्याला 'रमी' म्हणतात. शनि-रवि जोडून सुट्टी असली म्हणजे शुक्रवार रात्रीपासून रविवार संध्याकाळपर्यंत सतत रमी खेळणारे महाभाग मला माहीत आहेत. ऐपतीनुसार पॉइण्टला पैसे किती, ते दर वेगवेगळे.

ह्या पछाडलेल्या रिकामटेकड्या माणसांना संसार का हवे होते? पत्नीचं मन जाणून घेण्याचा ह्यांनी कधी प्रयत्न केला का? घर आवरण्यात मदत केली का? स्वतःच्या मुलांशी मैत्रीचं नातं जोडलं का? स्वतःच्या करमणुकीबरोबरच मुलांचा व्यक्तिमत्त्वविकास हा विचार तरी त्यांना शिवला का?

हे घडत नाही, ह्याला एकच कारण?

साधं बी.कॉम. व्हायचं असलं, तरी शाळा-कॉलेजांत वीस-बावीस वर्षं घालवावी लागतात. राखीव जागा ज्ञान आणि अज्ञान ह्यावर अवलंबून नाहीत. म्हणून शिकणाऱ्यांच्या पदरात काय पडतं, ह्यावर वेगळं महाभारत होईल. पण सगळं आयुष्य ज्यावर अवलंबून आहे, त्या 'संसार' ह्या विषयावर कोर्स आहे का? आदर्श साथीदार आणि समर्थ बाप कसं व्हावं, ह्याचे वर्ग आहेत का?

कसंही वागलं तरी चालतं, हे एकदा ठरवलं की झालं. स्वतःचा जीव रमवणं हा

मंत्र जोपासला की, संसाराचं तंत्र कोण बघतो? बायकोला यंत्रासारखी राबवायची. ती जाते कुठं?

नवऱ्याला सोडेल; पण मुलांच्या बेड्या पायांत अडकवल्या की, कुठं पळेल?

हे सुबत्तेचं आणि रिकामपणाचं लक्षण. ह्या सर्व महाभागांना लक्ष्मीचा विनियोग आणखी योग्य कारणासाठी करता आला नसता का? अर्थात लक्ष्मीबरोबर त्यासाठी सरस्वती प्रसन्न व्हावी लागते. पैशाचा प्रश्न सुटला की, आयुष्य खूप सोपं होतं, ह्यात वादच नाही; पण तो वाजवीपेक्षा जास्त प्रमाणात चांगला सुटला की, ही चित्रं दिसतात. लक्ष्मी आणि ऐपत ह्यांचा ह्यापेक्षा वेगळा उपमर्द आणखी कोणता असेल?

परवा मला एका मित्रानं, 'तुला एक बडी असामी दाखवतो' असं म्हणत एका माणसाकडं नेलं. त्याच्या घरात नुकतंच शुभकार्य झालं होतं आणि त्यासाठी त्यानं फक्त एक कोटी रुपये खर्च केले होते. तीन दिवसांनंतरही एक कोटी रुपयांचे काही काही अवशेष मागं राहिले होते. दोन वर्षांपूर्वी ह्याच माणसाच्या मोठ्या मुलीचं लग्न झालं होतं आणि लग्नाच्या खर्चाच्या पावत्या फाडायच्या आत ती कायमची माहेरी परतली होती. त्या मुलीला बापानं वेगळा फ्लॅट दिला आणि 'ट्रॅव्हल एजन्सी' काढून दिली. इन्कमटॅक्सचीही विभागणी झाली. स्वार्थ आणि परमार्थही साधला.

'शुभविवाह' इथंच आम्ही थांबलो आहोत.

शुभसंसार ह्याच्याशी किती जणांना कर्तव्य आहे? दोघांपैकी एकानं अरेरावी वाढवायची, दुसऱ्यानं सहनशक्ती.

काही महिन्यांपूर्वी तर 'लॉटरी'चा धंदा करणाऱ्या धनाढ्य उद्योगपतींच्या गृहिणींची बातमी वर्तमानपत्रात वाचली होती. पंचतारांकित हॉटेलात त्यांची 'भिशी' चालायची, 'न-भिता' आणि नाव भिशी. ज्या भगिनीला 'भिशी' लागत असे, त्या भिशीचा तिथंच लिलाव मांडला जायचा. हा व्यवहार लाखो रुपयांच्या घरात चालायचा आणि तोही यजमानांच्या परोक्ष. ह्यात बुडालेल्या रकमा वसूल करण्यासाठी काही भगिनींनी तर गुंडांना पाचारण केलेलं होतं. महाभारताच्या काळात कौरवांना विकली गेलेली द्रौपदी विसाव्या शतकात स्वत:ला वाचवण्यासाठी कौरवांनाच हाताशी धरू लागली, तर कृष्णाला अवतार घेण्याची गरज काय?

कष्ट न करता धनप्राप्ती आणि गुंडांशी संगनमत हे राज्यकर्त्यांचं सूत्र आहे, तर सामान्यांच्या नाकाशी 'सूत' धरण्यापल्याड काय उरतं? बरं, ज्यांना सामान्य म्हणावं ती ह्याहून वेगळं काय करताहेत? मिळवती पत्नी हवी आणि तशी ती मिळतेही. पण 'आपल्याला कुकरही, साधा डाळ-तांदळाचा लावता येत नाही' हे गौरवानं सांगणारे पुरुष संख्येनं पुष्कळ आहेत. माझ्या ओळखीत तर एका अत्यंत कर्तबगार बाईचं कुंभकर्णाशीच लग्न झालंय. गेली पंचवीस वर्षं मी त्याला उभ्या

किंवा किमान बसलेल्या अवस्थेत पाहिलेला नाही. टीव्ही पाहण्यापुरता जागा असतो, पण पोझ शेषशायीचीच. उच्च शैक्षणिक पात्रता शून्य असताना दहा हजार रुपये पगाराची अपेक्षा, अजून आईच्या मिळकतीवर 'होंडा' फिरवताना आईला 'यू शट् अप' म्हणणारा मुलगा ह्याच बाईच्या प्राक्तनात. कोणत्या दुर्दम्य शक्तीवर ती उभी आहे, हे मला उमगलेलं नाही. त्या बाईला भाऊ लाभलेत, ते तर साठी उलटली तरी आजही ढोरमेहनत करताहेत. पंच्याऐंशीच्या घरातले आई-बाप दिवसभर पडेल ते काम करताहेत. त्या सगळ्या परिवाराच्या विश्रांतीचे, झोपेचे तास त्या बाईचा एकटा नवरा भरून काढतोय. ह्या काळात द्रौपदीप्रमाणे पाच नवरे करायची प्रथा समाजानं मानली असती, तर अशा बायकांची कुतरओढ करायला कौरवांची गरजच पडली नसती.

एक नवरा जर तिचं शरीर, तिचं ज्ञान, अर्थप्राप्ती स्वत:च्या स्वास्थ्यासाठी वापरतोय, तर आणखी चार नवऱ्यांनी काय केलं असतं?

आमच्या संसाररथाला स्वार्थ आणि अहंकार असे दोन उधळलेले अश्व आहेत. कृष्णासारखा सारथी नाही.

चार

कुरुक्षेत्रावर अर्जुनाच्या जागी मीच मला दिसतो. चित्ताचा थरकाप होतो, कारण कृष्ण जाणून घ्यायलासुद्धा अर्जुनाची पात्रता हवी.

कृष्ण म्हटलं की, किती रूपं आठवावीत?

लोणी पळवणारा कृष्ण, गोपांचा सवंगडी, कालियामर्दन करणारा, रासक्रीडेत रममाण होणारा प्रियकर ह्यांपैकी त्याचं कोणतंही रूप मला भावत नाही.

एकमेव कृष्ण. सारथ्य करणारा!

सगुणसाकार म्हटलं की, कृष्ण. निराकार निर्गुण म्हटलं की, भव्य आकाश, गूढ, विराट, असीम, चिरंतन आणि असा एकमेव कृष्ण अर्जुनाला लाभला, म्हणून जगातला एकमेव भाग्यवान पुरुष म्हणजे अर्जुन!

आणि तरीही तो गोंधळलेला. मग तुमचं आमचं काय? कृष्णानं वारंवार जन्म घेतले, हे गीतेतलं कृष्णाचं वचन खरं मानायचं असेल, तर माझ्या मते ते चैतन्यरूपानं पण व्यावहारिक पातळीवर रोज अर्जुनच जन्माला येतोय.

संपूर्ण चोवीस तासांत आपण स्वत: किती वेळा गोंधळलेले असतो, हे प्रत्येकानं आठवावं.

गोंधळून जाणाऱ्यांतही दोन प्रकार आहेत. विचार कसा करावा, ह्याचंच आकलन न होणारे आणि अतिविचारी. अर्जुन विचारी आहे. म्हणूनच जिथं विचार आहेत, तिथं तर्क आहे. तर्कापाठोपाठ शंका आणि मग द्विधा मन:स्थिती आलीच.

MUCH THINKING BLUNTS THE ACTION.

अर्जुनानं कौरवसेना जवळून पाहण्याची इच्छा व्यक्त केल्यावर कृष्ण धास्तावला. अर्जुन जर असं म्हणाला असता, 'प्रथम मला सर्वांत बलाढ्य सेनापतीसमोर ने, म्हणजे तिथूनच युद्धाला प्रारंभ करतो.' तर प्रश्न नव्हता. अवलोकन करायचं आहे म्हटल्यावर विचार आला.

एकदा 'विचार' ही अवस्था आली की, कृतीचा क्षण अंतरावर गेलाच. ही अवस्था आयुष्यातल्या प्रत्येक प्रांतात आणि षड्रिपूंच्या संदर्भातही जोखून पाहावी. प्रचंड क्रोधानं किंवा एका क्षणात रागाचा पारा चढला आणि कर्मधर्मसंयोगानं आपण नेमक्या कोणत्या कारणासाठी रागावलो आहोत, ह्याचं त्याच क्षणी आत्मचिंतन सुरू झालं, तर ती व्यक्ती कुणावरही डाफरणार नाही. लोभ, मोह ह्या सर्व रिपूंच्या बाबतीतही तेच तत्त्व आहे.

रणांगणावर जाण्यापूर्वी विचार योग्य. शत्रू समोर ठाकला की संपलं!

संसारात प्रत्यही आपण हेच करतो. पत्नी कामात असली की, पटकन मुलांशी काही गोष्टी बोलतो. नवरा कामावर जाण्याची बायका वाट पाहतात, हे नेहमीचं. प्रॉपर्टीच्या वाटण्या वगैरे जास्त गंभीर प्रश्न असतील, तर हडसून खडसून जाब विचारणारा. पैन्पैचा हिशेब करणाऱ्याचा आधार वाटणार असेल, तर ती व्यक्ती येईपर्यंत वाट पाहतो, नाही तर तो नसताना घाईघाईनं व्यवहार उरकतो.

आणि इथं तर जीवन-मरणाचा प्रश्न होता. अर्जुन विचारी आहे, तसा दुर्योधनही नाही आणि भीमपण नाही.

महाभारत आणि युद्ध ह्यांची विभागणीच तीन भागांत झाली आहे. विचारहीन, विचारी आणि निर्विचारी.

विचारहीन म्हणजे ज्याच्याजवळ विचार करण्याची क्षमताच नाही, अशी व्यक्ती. दुर्योधन आणि भीम म्हणजे विचारहीनतेचं प्रतीक. सरळ सरळ युद्धाला प्रारंभ करणारे. दोघांची वैचारिक पातळी एकच. म्हणूनच दुर्योधनानं युद्धाच्या केंद्रस्थानी भीमालाच मानलं होतं. त्यानं अर्जुनाचा विचार केला नव्हता.

सैन्यात अशीच माणसं लागतात. तशी ती घडवली जातात. दिलेला हुकूम ऐकणं

हीच पहिली शिस्त. निर्णय घेणं हे स्वातंत्र्य जर प्रत्येक सैनिकाला दिलं, तर मिलिटरी उभीच राहू शकणार नाही. सैनिकाला विचारहीन बनावं लागतं; बनवलं जातं. भीम आणि अर्जुन ह्यांच्यात हाच फरक आणि भीम आणि दुर्योधन ह्यांच्यात हेच साम्य.

आपल्या घरातही नोकरचाकर असतील, तर सांगितलेलं काम आकलन होण्याइतकीच बुद्धी त्यांना हवी. ते जास्त चतुर असले की, कोणती कामं उरकायची, कोणती मन लावून करायची, कोणती टाळायची आणि कुटुंबातल्या कोणत्या व्यक्तीला त्यांतल्या त्यात खूश ठेवायचं, हे धोरण आखतात. आपलं आयुष्य महाभारतापेक्षा वेगळं नाही, हे वाक्यन्वाक्य लिहिताना मला जाणवतं, ते उगीच नाही.

अर्जुन विचारी आहे, ह्यात शंकाच नाही; पण कितीही विचारी, विचारी म्हटलं, तरी शेवटी कृतीचा एक क्षण उगवावाच लागतो.

HAMLET IS A TRAGEDY OF OVERTHINKING, WHEREAS MACBETH IS A TRAGEDY OF OVER AMBITION.

ह्या ठिकाणी 'OVER' हा शब्द जास्त महत्त्वाचा. अतिविचार केला म्हणजेच योग्य कृती घडते, असं नाही. विचारसाखळीतला कृती करायला लावणारा शेवटचा दुवा चुकीचा ठरू शकतो. त्याचप्रमाणे एका झटक्यात एखादी कृती केली आणि अपयश आलं, तर 'हा अविचाराचा परिणाम' असा शिक्काही तयार ठेवायचं कारण नाही. आयुष्यात यश अनेकदा जाता-जाता मिळून जातं आणि एकदा यश मिळालं की, माणूस जास्त खोलात जातच नाही. यशस्वी माणूस विचारवंतच मानला जातो आणि तो आपल्या यशाचं श्रेय नियतीला देत नाही. आपली दूरदृष्टी, अचूक योजना, निर्णय घेण्याची क्षमता अशी अनेक पिसं टोपीत खोचायला तो अधीर झालेला असतो.

भीम आणि दुर्योधन ह्यांनी युद्ध मनापासून स्वीकारलं आहे. अर्जुनावर ते लादलं गेलेलं आहे. निर्णय घेऊन कृतीत उतरणं हे अतिविचारवंतांना साधत नाही.

'निर्विचारी' ही अवस्था दुर्मीळ नव्हे, जवळपास अशक्य!

'निर्विचारी' ह्याचा नेमका अर्थ काय? विचार करण्यातला फोलपणा जाणून जो शांत झाला आहे, तो निर्विचारी.

आपल्या कुटुंबातली वडिलधारी माणसं वर्षानुवर्षं एखाद्या विचारहीन किंवा अतिविचारी माणसाला, एखादी व्यक्ती आपल्या मित्राला वारंवार 'विचार करायचं सोडून दे' असं सांगून-सांगून थकतात. अशा माणसांवर आपण कायम नाराज असतो. शेवटी सांगणाऱ्या व्यक्तीला आपल्या सांगण्यातला फोलपणा ध्यानात

येऊन संसारात आपली मतं मांडणं तो थांबवतो. आपल्या 'कॉर्ड्स' जुळत नाहीत, हे जाणून गप्प राहतो. तो जाणिवेनं गप्प राहिला, तर ती 'निर्विचार' अवस्था नव्हे. तो संयम झाला. मनातून त्या विचारांचं अस्तित्वच न उरणं ही निर्विचारी स्थिती. 'ह्या विषयावर काही बोलायचं नाही असं मी ठरवलंय.' हे वाक्य नवरा-बायको अनेकदा ऐकवतात. पान पिकल्यावर विनासायास गळून पडतं, तशी विचारांपासून मुक्ती मिळायला हवी. आयुष्यात सगळे भोग भोगून, सुख-दु:खाची चव घेऊन ज्याच्या वृत्ती शांत झाल्या आहेत, मन मारावं लागलेलं नाही, पापपुण्य, नीति-अनीतीच्या संकल्पनाच उरलेल्या नाहीत आणि कोणत्याही प्रसंगाला जो साक्षिभावानं सामोरा जातो, तो निर्विचारी!

विचारांची शून्यता आणि विचारशून्यता ह्यांत प्रचंड फरक आहे. आज सर्वत्र जे चित्र दिसतंय, ते विचारशून्यतेचं चित्र आहे.

धर्म आणि विज्ञान ह्यांचे मार्ग भिन्न नाहीत. सत्याची प्रचिती जशी धर्मातून येते, तशीच विज्ञानातून. अर्थात धर्म ह्याचा राजकीय पातळीवरचा अर्थ इथं अभिप्रेत नाही. 'निधर्मी'च्या नावाखाली धर्मांधताच थयाथया नाचत आहे. 'राखीव जागा' मागासवर्गीयांसाठी हे स्वातंत्र्य मिळाल्यापासून वाचावं लागतंय. आता हे प्रमाण चौतीस टक्क्यांवरून पन्नास टक्क्यांपर्यंत आले आहे. स्वातंत्र्य मिळून इतकी वर्षं झाली. मागासवर्ग राहिलाच कसा? राखेतून वर आलेला जपान आज जगावर राज्य करतोय, ते ज्ञानमार्गाच्या आधारावर आणि अथक कष्टावर. आणि आम्ही शिक्षणाची उपेक्षा करून मागासवर्ग पोसत राहिलो.

दर वर्षी रिझल्ट लागला की, मला कोणत्या ना कोणत्या विद्यार्थ्याचं आक्रोश करणारं पत्र येतं. 'नव्वद टक्के मार्क मिळवूनही मला कॉलेजमध्ये प्रवेश मिळाला नाही आणि माझ्याच वर्गातल्या अमक्यातमक्याला केवळ दलित आहे म्हणून बेचाळीस टक्के मार्क मिळवूनही प्रवेश मिळाला. तुम्ही लेखक आमच्यासाठी काय करीत आहात?' अशीच पत्रं इतर लेखकांनाही जात असतील. मी उत्तरादाखल लिहितो, 'नव्वद टक्के मार्क हे बुद्धिमत्तेचं लक्षण आणि मनापासून कष्ट केल्याची साक्ष आहे. अशी व्यक्ती कोणत्याही प्रांतात यशस्वी होते. मी फक्त दोनच जाती मानतो. 'ज्ञान' आणि 'अज्ञान'. दलित ही जात नव्हे. मागासवर्गीय, भटके, विमुक्त ह्याही जाती नव्हेत. गदिमा म्हणतात –

'अजुनी नाही मार्ग संपला
चला जाऊ द्या पुढे काफिला
इथेच टाका तंबू'

असं जीवन जी माणसं जगतात, ती भटकी जमात. ती 'जात' कशी होते? मग ज्यांना घरं आहेत, त्यांना 'घरटे' जमातीचे का नाही म्हणायचं?

बुद्धीचं नाणं कुठंही वाजतं. कोणत्याही कॉलेजमध्ये दाखल व्हा. ठरावीक कॉलेजसाठी हट्ट धरू नका. ज्या कॉलेजमध्ये जाल, त्या कॉलेजला तुमच्यामुळं नाव मिळेल. गाडीत पुरुषांच्या डब्यात जागा नाही, म्हणून बायकांच्या डब्यातून प्रवास करता का? नाही ना? मग मित्राला प्रवेश मिळाला, म्हणून वाईट वाटून घेऊ नका.'

ह्या प्रकारचं पत्र पाठवतो खरं, पण समाधानाचा हुंकार मनातून येत नाही. स्वत:चा भूतकाळ आठवत राहतो. स्वत:च्या परिश्रमाबरोबर किंवा त्यापेक्षा जास्त साथ नशिबानं किती दिली, ते आठवतं. आपली कौटुंबिक परिस्थिती समोर उभी राहते. बालपण आणि शिक्षण दोन्ही गोष्टी फार मनासारख्या, तृप्त राहावं अशा नव्हत्या, म्हणूनच महाभारत आणि गीता ह्या संदर्भात जरी काही संकल्पना मनात असली, तरी लेखनाचा केंद्रबिंदू 'माणूसच' आहे.

पाच

भगवद्‌गीतेवर अधिकारवाणीनं भाष्य करण्याइतका माझा व्यासंग नाही. तो हेतूही नाही. मला जबर आकर्षण, जिज्ञासा आणि कोडं आहे ते माणूस ह्या द्विपाद प्राण्याबद्दल. म्हणूनच मी प्रारंभ 'माणूस' ह्या शब्दानं केला, 'गीता' ह्या शब्दानं नाही. पन्नास पुस्तकांतून प्रामाणिकपणे वेध घेतला, तो माणसांचाच आणि जेव्हा निकटवर्ती परिवारातल्या माणसांकडूनच अपेक्षा नसताना फटके बसले, तेव्हा महाभारतानं हाक घातली.

समुद्रसपाटीवरून गाव दिसत नाही. मग आपण टेकडीवर जातो. गाव जरा जास्त दिसतं. तरी काही भाग लपतो. मग आणखीन उंच जायचं. त्याप्रमाणे आणखी उंचावरून माणसांना पाहायचं आहे. त्यापेक्षा जास्तीची काही दृष्टी लाभते का, ते पाहण्याचा हा प्रयत्न.

मी काय, किती, कसं लिहिणार आहे, मला माहीत नाही. हे लेखन कथा-कादंबरी नव्हे. चौकट तयार नाही, कारण ती चौकट तयार करणारा मी नव्हे. कुणीतरी सांगू लागला, मी अस्वस्थ झालो, लिहू लागलो. सांगणारा थांबला की, हे लेखनही थांबणार. अर्जुनाच्याच भूमिकेत मी आहे.

जो सुचवतोय तो कृष्ण आहे, ह्यावर श्रद्धा आहे. म्हणूनच ह्यानंतरची प्रत्येक ओळ मीही एखाद्या वाचकासारखी वाचणार आहे.

थोडाफार परिचयाचा आहे, तो माणूस. ह्याचा अर्थ गाडीत फक्त पेट्रोल आहे. गाडी चालवता येते. मार्ग अनभिज्ञ आहे. सोबतीला नकाशा आहे, तो ओशोंनी लिहिलेल्या

गीतादर्शनाचा.
त्या दर्शनानंतरच जाणवलं, आपण आजवर जी माणसं पाहिली, ती अंधारात लपलेली होती. त्यांची काही रूपं, काही छटा दिसल्या. अंधारात निसटते स्पर्श झाले. महाभारत म्हणजे आजवरच्या तुटपुंज्या अनुभवावर श्रीकृष्णाच्या रूपानं पडणारा तेजोमय प्रकाश आहे. तो प्रकाश पेलेल की नाही, हे माहीत नाही, म्हणूनच मार्ग अनभिज्ञ आहे, असं अजून वाटतं.

मागं वळून पाहिलं, तर मन आणखीन उदास होतं; काहूर उठतं. भविष्य अनभिज्ञ असतं. सतत हातांतून निसटतो तो वर्तमानकाळ. फक्त भूतकाळ परिचयाचा असतो, म्हणून मागं जाता येतं. तरीही विस्मृतीत दडलेले सगळे दिवस कुठं भेटतात? आणि ते भेटत नाहीत, हे वरदान आहे. नाहीतर माणूस वेडा झाला असता. दिवाळीत सर्वत्र फटाके वाजत असतात. रोशणाई असते. पण आकाशात उंचावर जाऊन फुटणारे बाणच लांबूनही दिसतात, तशा भूतकाळातल्या घटना. त्या तेवढ्या ठळक, मोजक्या घटनांनीसुद्धा मन सैरभैर होतं.
आपली अर्जुनासारखी अवस्था किती वेळा झाली होती, ते नजरेसमोर येत राहतं. यश कसं मिळालं, त्याचं उत्तरही आपल्याजवळ नसतं, म्हणून कुणी मुलाखत घ्यायला आलं की, मनाचा गोंधळ उडतो. ह्यातही जास्तीतजास्त उंच अग्निबाण उडाला, तो माणूस ह्याच नावाचा.
ह्या अग्निबाणाकडं पाहिल्यावर आकाशात जेव्हा ठिणग्यांचं, असंख्य रंगांचं झाड डवरलं, त्यानं संमोहित होऊन मनात आनंदलहरी निर्माण होण्याऐवजी अंधारी आली, तेव्हा कुरुक्षेत्राऐवजी दुसरं काही आठवलं नाही.
अनेक संसार डोळ्यांसमोर आले. अनंत भग्न मनं आठवली. प्रत्येक संसार महाभारतासारखा वाटू लागला. महाभारतात व्यासांनी सगळे नमुने आणले, हे खरं; पण त्यांतल्या ठळक घटनाच आणि मोजक्या व्यक्ती, इतकंच सातत्यानं समोर येतं. कौरव शंभर, पण दुर्योधन, दुःशासन ह्यापल्याड तिसरा, चौथा कौरव कोण, हेही सांगता येत नाही. शंभरांपैकी पहिले दहासुद्धा 'मेरिट लिस्ट'मध्ये नसावेत? दुर्योधन, दुःशासन म्हणजे पांडवांचे वैरी, हेच सतत आपल्यासमोर आहे. हे दोघं आपापल्या पत्नीशी कसे वागत होते, हे आपल्याला कुठं माहीत आहे? अर्थात व्यासांच्या प्रतिभेला हे विषय अत्यंत मामुली होते. अत्यंत विराट, अमर, युगानुयुग जतन केली जाईल, अशी उत्तुंग निर्मिती त्यांच्यासमोर होती. हाक मारताक्षणी बायको समोर आली नाही म्हणून दुर्योधन भडकला आणि सांगितलेली भाजी केली नाही म्हणून दुःशासनाने ताट भिरकावून दिलं, असले प्रापंचिक संघर्ष सांगणं हे

व्यासाचं कार्य नव्हतं. असल्या संघर्षाची व्यासांकडून अपेक्षा करायची म्हणजे आइनस्टाईनला दहावीचा वर्ग घ्यायला सांगण्यासारखं आहे.

षड्रिपूंचं जगड्व्याळ रूप आणि त्याचा अतिरेक झाला, तर सर्वनाशापर्यंतची भीषणता त्यांना मांडायची होती, त्याचप्रमाणे गीतेचा आदर्श समोर ठेवून आयुष्य सोपं कसं करता येईल, हेही सामान्यांना सांगून त्यांचं जीवन आनंदी करायचं होतं. प्रत्येकाला आपापल्या कुवतीनुसार महाभारतातून बोध घेता यावा, इतकं षड्रिपूंचं भव्य आणि उग्र रूप चिरकाल भविष्यात मार्गदर्शक ठरेल, एवढं आकाश त्यांच्यासमोर होतं. जमिनीचा विचार त्यांच्या मनातही नसेल. म्हणूनच माझ्यासकट सगळ्या लेखकांना जमिनीवरच्या कहाण्या उरल्या. म्हणूनच की काय, जे जे लिहिलं गेलं, जात आहे आणि जात राहील, ते ते महाभारतात आहे. आकाशाच्या अमर्याद कागदाबाहेर जाल कुठं?

षड्रिपूंची छोटी छोटी कौटुंबिक रूपं व्यासांनी माझ्यासारख्यांसाठी ठेवली, हे व्यासांचे माझ्यासारख्यांवर उपकार आहेत.

त्या दृष्टिकोनातून अनेक संसार पाहिले, ऐकले आणि स्वतःचाही केला. समस्या फार गहन नव्हत्या, तरी त्या महाभारताएवढ्या विराट वाटल्या कारण आम्हांला कृष्ण भेटला नाही. आमच्यापुढची संकटंसुद्धा जीवन-मरणाच्या सीमारेषेवरची नव्हती, पण कुवतही बेतासबात असल्यामुळं निर्णय घेताना आमचा वारंवार अर्जुन झाला. संसार खरंच इतका अवघड आहे का?

माणसाला नेमकं काय हवंय? संपूर्ण आयुष्य संगीतमय करता येणार नाही का? एखाद्या मैफलीसारखं रंगवता येणार नाही का?

आपल्या जन्मापूर्वी हे जग होतंच. आपण मेल्यानंतरही जगाचा कारभार तसाच चालू राहणार आहे. ह्या अवाढव्य रंगमंचावर आपली 'एन्ट्री' मध्येच केव्हातरी होते आणि 'एक्झिटही'. हे नाटक किती वर्षांचं, ते माहीत नाही. चाळिशी, पन्नाशी, साठी, सत्तरी... सगळं अज्ञात. धडधाकट भूमिका मिळणार की जन्मांधळेपणा, अपंगत्व? बुद्धीचं वरदान लाभणार की मतिमंदत्व?

भूमिकाही माहीत नाही.

तरी माणसाचा गर्व, दंभ, लालसा... किती सांगावं? कृष्णानं बासरीसहित आपल्याला पाठवलं, पण त्या सहा छिद्रांतून संगीत जन्माला येत नाही. षड्रिपूंचेच अवतार प्रकट होतात.

स्वतःला काहीही कमी नाही. स्वास्थ्याला धक्का लागलेला नाही. तरी माणसं संसार सजवू शकत नाहीत. अशी वानगीदाखल किती उदाहरणं द्यावीत?

एका संसाराची कानावर आलेली हकिकत – धनाढ्य परिवार, मालकीचा बंगला,

आवश्यक ती माहिती मिळवून झालेलं लग्न, बायकोला नोकरी. तिचा पगार ताब्यात घेऊन नवरा तिला रोज फक्त दोन रुपये द्यायचा. दोन जेवणांच्या मध्ये काही खायचं नाही. एकदा तिनं मधल्या वेळी सुटीच्या दिवशी दूध-पोहे खायला घेतले. हे पाहिल्यावर पॅरॅलिसिस झालेला सासरा धडपडत उठला. त्यानं तिच्या दूध-पोह्यात पाणी ओतलं. आता एका अपत्याला घेऊन ती कायमची माहेरी आली.

दुसरी बाई व्यवसायानं नर्स. तिला ॲनिमिया झालेला. तिच्या प्रकृतीची नवऱ्यानं पर्वा केली नाही. तिची आठ बाळंतपणं झाली. नवऱ्याला दारूचं व्यसन. शेवटी दोन लहान मुलांना घेऊन तिनं घर सोडलं. नवरा कॅन्सरनं गेला. सहा मुलांनी आईचं स्वागत केलं. आता सगळी एकत्र राहतात.

आणखी एक देखणी मुलगी. अभिनयाची उत्तम जाण. लग्नानंतर नवऱ्यानं एकही व्यवसाय धडपणे केला नाही. बायकोच्या बँकेतल्या पगारावर त्याची चैन. बाहेर दुसऱ्या बाईशी संधान. एके दिवशी घरातली स्कूटर घेऊन तो परागंदा झाला. कोर्ट-पोलीस केस चालू आहे. मुलगी अपत्यासहित माहेरी परत.

षड्‌रिपूंवरच माणूस उभा आहे. तेव्हा महाभारताच्या काळात अशा घटना घडल्या नसतील, असं म्हणता येणार नाही. माझ्या मनातून मात्र ह्या ऐकलेल्या किंवा पत्रांतून वाचलेल्या हकिकती किंवा व्यथा पटकन पुसल्या जात नाहीत.

नव्वद टक्के मार्क मिळवणाऱ्या मुलाला प्रवेश नाकारणं आणि एकलव्याचा अंगठा गुरुदक्षिणा म्हणून कापून घेणं दोन्ही सारख्याच वेदना देणाऱ्या घटना आहेत. पैसे खर्च केले, तर काही हजारांत, मेलेल्या माणसाच्या नावावरही महाविद्यालयाचं सर्टिफिकेट मिळतं, विकत घेता येतं, हे श्री. प्रमोद नवलकरांनी सिद्ध केलं. विद्वत्तेची सर्टिफिकेट्स अशी सहजी मिळत असतील, तर एकविसाव्या शतकात सगळं मंत्रिमंडळ असल्या दत्तक सर्टिफिकेट्सनं निवडून आल्यास नवल नाही.

ह्यालाच विचारहीनता म्हणतात, जिचे फटके सामान्य नागरिकांना खावे लागत आहेत. दुर्योधन म्हटलं की, तो अर्जुनाचा शत्रू, एवढंच आपण जाणतो. तो राज्यकर्ता म्हणून कसा होता, हे महाभारतानं सांगितलं आहे की नाही, हे मला माहीत नाही. त्याचा दरबाराचा कोरम कायम 'फुल्ल' पाहिला.

अर्थात टीव्हीवर.

'विचारहीन' आणि 'निर्विचारी' दोघंही दिसायला सारखेच दिसतात. म्हणूनच लहान मूल आणि संतत्वाला पोहोचलेले वृद्ध सारखेच भाबडे दिसतात, पण दोघांच्यात

जमीन-अस्मानाइतका फरक आहे. लहान मुलं निष्पाप असतात, पण इथं अजून सगळ्या गोष्टींचं आगमन व्हायचं आहे. जीवनाचं भलंबुरं दर्शन व्हायचं आहे. वरून शांत वाटणारा ज्वालामुखी म्हणजे लहान मूल. इथं आता फक्त क्षुधा, निद्रा आणि शरीरधर्म एवढंच आयुष्य म्हणजे दिनक्रम आहे.

क्रोधाशी परिचय व्हायचा आहे.

लोभ, मोह अंतरावर आहेत. मत्सर, स्पर्धा अजून उगम पावलेली नाही. कामवासनेचं रूप अज्ञात आहे. ह्या शत्रूंच्या हल्ल्याप्रसंगी हे मूल कसं वागणार आहे, ते अज्ञात आहे; ते काळ ठरवणार आहे.

म्हणूनच येशू ख्रिस्ताला जेव्हा लोकांनी विचारलं,

"तुमच्याबरोबर स्वर्गप्राप्तीचं सौख्य कुणाला मिळणार आहे?"

तेव्हा येशू ख्रिस्तानं सांगितलं,

"संपूर्ण जीवन पार करून क्रोध, मोह, लोभ, काम ह्या शिड्या चढून-उतरून, ज्यांच्या वृत्ती एखाद्या बालकाप्रमाणे शांत झाल्या आहेत, अशा वृद्धांना मिळेल."

केवळ निष्पाप, निष्कपटी असणं ही कसोटी नाही. तसं असतं, तर सरळ सरळ लहान बालकांना प्रवेश मिळाला असता; पण ख्रिस्तानं तसं म्हटलं नाही.

माझे काही मित्र म्हणतात,

"आता आम्ही सगळं सोडून द्यायचं ठरवलं आहे."

मला प्रश्न पडतो.

"मुळातच ह्यांच्यापाशी सोडण्यासारखं काय आहे?"

खरंतर भारतात राहणाऱ्या आणि नोकरी करणाऱ्या माणसापाशी काहीतरी सोडण्याचा क्षण उभ्या हयातीत येणार आहे का? जगण्यासाठी आवश्यक असलेल्या गोष्टी जमा होईपर्यंत अठ्ठावन्न वर्षं पूर्ण होतात. नंतरचं उरलेलं (?) आयुष्य प्रॉव्हिडंट फंड पुरवण्यात आणि आई-वडलांना मानणारी मुलं आणि सांभाळणाऱ्या सुना मिळाल्या, तर ठीक जातात. त्यामुळं मरताना प्राण सोडण्यापलीकडं माणसाजवळ काय उरतं? त्याग करण्यासाठी प्रथम भरपूर मिळवावं लागतं. खासदार, आमदार, व्यापारी, स्मगलर्स असे कमावणारे भरपूर आहेत. ह्यांच्यापैकी दानत किती जणांपाशी आहे?

सहा

त्यागाचा उच्चांकही महाभारतातच सापडतो. एकमेव योद्धा.

कर्ण.

सर्वांत भाग्यवान पुरुष अर्जुन कारण प्रत्यक्ष कृष्ण त्याचा मित्र आणि सर्वांत अभागी पुरुष कर्ण. सूर्यपुत्र असून आयुष्यभर चाकरी केली, ती धृतराष्ट्राची म्हणजे दुर्योधनाची. आंधळ्याच्या पुत्राची!
विसाव्या शतकात ह्याहून वेगळं काय घडतंय? अनेक आय.ए.एस. ऑफिसर्स, मोजकेच लाच न खाणारे पोलीस कमिशनर्स, कस्टम ऑफिसर्स म्हणा किंवा सेल्सटॅक्स ऑफिसर्स चार वाक्य सरळ बोलता न येणाऱ्या भ्रष्टाचारी मंत्र्याची चाकरी करताहेत ना?
ताजं उदाहरण खैरनार ह्यांचंच घ्या. त्याचा शेवट काही दिवसांतच कळणार आहे.

आंधळेपण म्हणजे डोळे नसणं, हा अर्थ नाही. हे मुद्दाम सांगायची गरज नाही. डोळे असतातच. नसते, ती नजर. जाग येणं महत्त्वाचं.
कुंभकर्णाशीच लग्न झालेल्या एका कर्तबगार बाईची हकिकत मी सांगितली. तिच्या मुलाला आता अलीकडं जाग आली आहे. पण ऐन तारुण्यातली, विद्यार्थिदशेतली दहा वर्षं मातीमोल झाली. डिग्री सांगताक्षणी नोकरी हमखास, अशी आजही परिस्थिती नाही. पण काही ना काही व्यवसाय करायला हवा, ही जाणीव आणि धडपड सुरू आहे. अरेरावीपणात मात्र फारसा फरक नाही. 'माझं खूप चुकलं' हे तो मान्य करतो, पण गेलेला काळ त्याची किंमत वसूल केल्याशिवाय राहील का? जाग येण्यासाठी जेवढी वर्षं गेली, तेवढ्या काळात वयानं बरोबरीचे असलेले नात्यातले आणि वर्गमित्रसुद्धा कमवते होऊन संसाराला लागले.
माझ्या मनात एक विचार आला दृष्टीबद्दल. महाभारतात दृष्टीचे सहा प्रकार आहेत : धृतराष्ट्र, गांधारी, दुर्योधन, अर्जुन, कृष्ण आणि संजय.
धृतराष्ट्र जन्मांधच; त्याशिवाय आतली जी एक नजर असते, त्याच्या नावानं बोंब. आज भारतात किंवा जगात जितके अंधळे आहेत, ते सगळे बुद्धिहीन आहेत का? योगायोगानं माझा एका दृष्टिहीन व्यक्तीशी परिचय झाला. 'इंटरनॅशनल स्पेस लॉ' ह्या विषयावर त्यांना डॉक्टरेट मिळाली होती. त्या जीनियस माणसाचं नाव डॉ. वाडेगावकर.
इतका विद्वान माणूस अल्पायुषी का निघावा? मागं राहिलं व्हिजिटिंग कार्ड आणि हुरहूर. मला जे दृष्टीचे सहा भाग करावेसे वाटले, त्यांपैकी पाच भागांत आलटून-पालटून आपण आयुष्य घालवतो.
संसारात जेव्हा जेव्हा पश्चात्ताप करण्याची पाळी येते, तेव्हा तेव्हा एके काळी आपण धृतराष्ट्र झालो होतो, हे आठवतं.
जिथं पुढाकार घेऊन ठणठणीतपणे स्वत:चं मत मांडण्याची वेळ आलेली असताना

आपण जाणिवेनं दुर्लक्ष करतो, त्या वेळी आपल्यात गांधारीचा संचार झालेला असतो.
निर्णय घेता न येणं ही तर जाता-येता होणारी अर्जुनासारखी अवस्था.
इतरांच्या दुःखाकडं आपण तटस्थपणे पाहत राहतो, तेव्हा कृष्णाचा साक्षिभाव आपल्याला जवळचा वाटतो, ते आपल्या सोयीसाठी. कृष्णाची तत्त्वं आपल्याला पटली असती, तर गोष्ट वेगळी. पण क्वचित प्रसंगी इतरांच्या दुःखाची आपण खिल्लीही उडवतो.
संजयच्या दिव्य दृष्टीचा आपल्याशी संबंधच नाही. हाताच्या अंतरावरची गोष्ट आपल्याला दिसत नाही, इतकी आपली दृष्टी दिव्य! मग संजयसारखी दिव्य दृष्टी लाभून काय फायदा? अर्जुनाप्रमाणे गीता संजय आणि धृतराष्ट्र दोघांनी ऐकली; पण त्यांच्यांत काय फरक पडला?
आणि आपल्यांत तरी काय फरक पडणार आहे?

संजय आणि त्याची दिव्य दृष्टी ह्याबद्दल आपल्याला कायम कुतूहल आहे. ओशोंच्या मते ही शक्ती काही खास दृष्टी वा दैवी शक्ती नाही. त्यासाठी कुणी विशिष्ट अभ्यास केला, तर ही शक्ती मिळवता येते. कधीकधी अपघातानंसुद्धा काही चमत्कार घडतात.
टेड सीरियो नावाचा एक गृहस्थ न्यूयॉर्कमध्ये राहतो. कोणत्याही गावात हजारो मैलांवर एखाद्या ठरावीक ठिकाणी, 'आत्ता त्या जागी काय चाललं आहे?' असा प्रश्न विचारला, तर तो पाच मिनिटं डोळे मिटून घेतो. डोळे उघडल्यावर त्याच्या डोळ्यांच्या रेटिन्यांवर तो प्रसंग इतरांनाही दिसतो. त्या अशा प्रसंगाचे अनेक फोटोही घेतले गेले आहेत, असा ओशोंनी उल्लेख केला आहे.

अपघातानं घडलेल्या चमत्कारांपैकी एक घटना अशी. स्कँडेनेव्हियात एक माणूस उंचावरून पडला. त्याच्या डोक्याला मार लागला. त्याला हॉस्पिटलमध्ये दाखल करण्यात आलं. तो शुद्धीवर आला तेव्हा त्याला कोणत्या तरी रेडिओ स्टेशनवर चाललेला कार्यक्रम आपोआप ऐकू येऊ लागला. तो जाता-येता ह्या क्षणी कोणता कार्यक्रम, कोणतं गाणं ऐकू येतंय, हे डॉक्टरांना सांगू लागला. हॉस्पिटलपासून काही मैलांवर असलेल्या रेडिओ-स्टेशनच्या ट्रान्समिशन वेव्हज त्याच्या मेंदूनं सरळ सरळ एखाद्या ट्रान्झिस्टरप्रमाणे पकडायला प्रारंभ केला. शेवटी त्याच्या कानांचं ऑपरेशन करून त्याच्या मेंदूचा झालेला रेडिओ बंद करण्यात आला.
थोडक्यात सारांश म्हणजे मानवी शरीर हे एक इलेक्ट्रिकल सर्किट आहे आणि ओशोंच्या मताप्रमाणे त्याचा अध्यात्माशी काहीही संबंध नाही.

आपल्याला कोणत्याही दिव्य शक्तीची गरज नाही. निसर्गानं दिलेल्या दृष्टीचा तरी आपण उपयोग करतो का? गीता दूरच राहिली. सिगारेट, दारू ह्यांसारखी व्यसनं आपण धृतराष्ट्रासारखी सुरू करतो आणि धोक्याच्या जाहिराती नजरेसमोर आल्या, म्हणजे गांधारीसारखी पट्टी बांधतो. ह्या व्यसनांपायी कॅन्सर वगैरे होणारी माणसं दुसरी आहेत, आपण नव्हे असं मानणं

हेच आंधळेपण;

विचारहीनता.

विचारहीन दुर्योधन एका तीरावर, निर्विचारी कृष्ण दुसऱ्या तीरावर, कुरुक्षेत्रावर वाहणाऱ्या रक्ताच्या नदीचे हे भक्कम काठ आणि विचारांच्या लाटेत वाहणारा अर्जुन.

अर्जुनानं कौरवसेना जवळून पाहण्याची इच्छा व्यक्त केल्यावर कृष्ण धास्तावला. ह्याचा अर्थ अर्जुन माघार घेणार.

मला माझ्याच आयुष्यातली घटना आठवली.

आमच्याच नात्यातला एक गृहस्थ. चांगल्या ऑफिसात बडा ऑफिसर. स्वभावानं प्रचंड तापट. घरात हुकूमशहा. भांडणाला कोणतंही निमित्त पुरायचं. रागाच्या भरात हा गृहस्थ आपल्या पत्नीला कडकडून चावला.

मी सगळ्या नातेवाइकांना गोळा केलं. त्याची आई, वडील, थोरली बहीण, वडील भाऊ, त्या भावाची बायको. त्याच दिवशी त्याचा लग्नाचा वाढदिवस होता. आम्ही सगळे त्याच्या घरी जमलो. प्रारंभी गप्पाटप्पा होऊ दिल्या. मी त्याला डकोरेटिव्ह बॉक्समध्ये नेलेलं प्रेझेंट दिलं. बॉक्स वजनदार होता, मोठा होता. वाढदिवसाची भेट म्हणून त्यानं तो स्वीकारला.

उघडून पाहिला, तर त्यात एक हातोडा!

त्यानं चमकून मला विचारलं,

"ह्याचा अर्थ काय?"

मी सगळ्यांसमोर म्हणालो,

"एकदाच बायकोच्या डोक्यात घाल. रोजची कटकट नको."

सगळ्या नातेवाइकांसमोर तो म्हणाला,

"हे माझं घर आहे. मी सांगेन तसंच बायकोला वागावं लागेल. नाहीतर घराचा दरवाजा उघडा आहे. तिनं घरातून आत्ताच बाहेर पडावं."

त्या ऑफिसरची मोठी बहीण म्हणाली,

"ह्या क्षणी नेसत्या साडीसकट घर सोड. तुझ्या मुलासहित मी तुला सांभाळीन. तू

माझ्या ह्या भावाशी संसार करावास, एवढी त्याची पात्रता नाही.''
आम्ही सगळे बाहेर पडलो. क्रोधाग्नीनं आंधळ्या झालेल्या त्या धृतराष्ट्राच्या गांधारीनं डोळ्यांवरची पट्टी सोडली नाही. गेली वीस वर्षं ती तसाच संसार करते आहे. बाहेर पडलेले आम्ही सगळे अर्जुन वेगवेगळ्या बसेसमधून आपापल्या घरी परतलो.
माझा असाच एक मित्र. व्यवसायानं फोटोग्राफर. विवाह-समारंभाचे, बारशाच्या समारंभाचे फोटो काढायचा; पण त्या फोटोंचे अल्बम्स गिऱ्हाइकांनी जंगजंग पछाडलं तरी त्यांना देत नसे. त्याने त्याच्याच मेव्हण्याच्या लग्नाचे फोटो काढले, पण बहिणालाही अल्बम दिला नाही. दुर्दैवानं त्याच्या सख्ख्या बहिणीचा नवरा लग्नानंतर पाचच वर्षांनी हार्ट-अॅटॅकनं वारला. त्यानंतर दोन महिन्यांनी ह्या महाशयांनी तिच्या लग्नाच्या फोटोंचा अल्बम तिला दिला.
त्याच्या खनपटीला एक दिवस बसून मी त्याला विचारलं,
''असं वागण्यामागचा तुझा उद्देश सांग.''
त्यानं नि:संदिग्धपणे सांगितलं,
''मला माणसांना आनंदी असलेलं बघवत नाही. म्हणून त्यांच्या आयुष्यातले परमोच्च आनंदाचे क्षण मी टिपतो आणि ते क्षण हिरावून माझ्यापाशी ठेवतो.''
माझ्या आणखी एका मित्राच्या बाबतीत मात्र कर्णाप्रमाणेच मानहानीचा प्रसंग आला. त्याचं लग्न ठरलं. पक्कं झालं. तारीख ठरली. पत्रिका छापल्या गेल्या आणि त्याच्या भावी सासऱ्याच्या घरी वधूच्या नावावर एक निनावी पत्र आलं. ते पत्र एका मुलीचं होतं. मित्राच्या भावी पत्नीला तिनं कळवलं –
'मानलेल्या बहिणीच्या नात्यानं कळवते, हे लग्न मोड. तू पसंत केलेला जोडीदार 'पुरुष' नाही. खोटं वाटत असल्यास लग्नापूर्वी त्याचा मेडिकल रिपोर्ट माग.'
मुलीचे वडील भावी जावयाकडं कसे जाणार? ते माझ्याकडं आले. मी मित्राला माझ्या घरी बोलावलं.
भावी जावयाच्या पाया पडत ते म्हणाले,
''एक मुलीचा बाप ह्या नात्यानं विनंती करतो, माझं मन नि:शंक करा.''
मला बापाच्या जागी अर्जुन दिसला, कारण निनावी पत्रावर ते विश्वास ठेवत नव्हते, हेही त्यांनी माझ्या मित्राला सांगितलं आणि तरीही त्यांना बाप म्हणून चिंता होती. 'सूतपुत्राला मी वरणार नाही' असं भर दरबारात म्हटल्यावर कर्णाचं जे झालं असेल, ते मला मित्राच्या चेहऱ्यावर वाचायला मिळालं. इतरत्र गवगवा नको, म्हणून मित्राला मी माझ्या डॉक्टरकडं नेलं. त्यांनी EVERYTHING NORMAL असं सर्टिफिकेट दिलं. लग्न झालं आणि लग्न झाल्यापासून दहाव्या महिन्यात त्याला मुलगी झाली. ऑफिसात फोन आला. तो माझ्या खात्यात आला आणि म्हणाला,
''अर्धा दिवस रजा घे आणि चल. मला मुलगी झाली.''

"कॉन्ग्रॅटस्"

"ते नंतर दे.''

"म्हणजे?''

"आत्ताच्या आत्ता मॅटर्निटी होममध्ये जायचं. आजच डिस्चार्ज मागायचा. बायकोला तिच्या बापाकडं न्यायचं.''

"काय बोलतोस काय?''

"मी पुरुष आहे, हे सिद्ध केलंय. आता सासऱ्याला सांगणार, आपल्या मुलीला सांभाळा.''

मी त्याला सांगितलं,

"हा त्रागा झाला. आपण योग्य माणसाला शिक्षा करीत आहोत, अशी तुझी खात्री असेल, तर जरूर मनात आलंय ते कर.''

तो त्या क्षणी विचारात पडला तेव्हा मी मनात म्हणालो,

"ह्याचा अर्जुन झाला, हे छान झालं.''

म्हटल्याप्रमाणे त्यानं काही केलं नाही, पण संसार परशुराम परवडला, असा केला. मरेपर्यंत ह्या अश्वत्थाम्याची जखम भरून आली नाही.

सात

महाभारत नात्यातंच होतं.

आणि संग्राम म्हणताक्षणी रथ, धनुष्यबाण असं काही लागत नाही. शब्द शस्त्रापेक्षा जास्त जखम करतात. मंत्रशक्तीच्या जोरावर अस्त्रं परत आणता येतात; पण संहार झाल्यावर. 'मी माझे शब्द मागे घेतो' असं आपण म्हणतो, पण आशयाची बुलेट कायम समोरच्या माणसाच्या मनात राहते.

सुधीर मोघे म्हणतात,

"खंजीर धारदार, कबूल. तो तर केवळ निमित्त होता. तो उगारणारा हातच जखम करून गेला.''

आपल्या तोंडून असे शब्द गेलेच कसे? हा प्रश्न विचारण्यात काही अर्थ नाही. सुप्त मनात क्रोध असतोच. आपल्या मनाचा कोपरान्कोपरा आपण कधी पिंजून काढत नाही. प्रत्येक दुकानदार आपलं दुकान वर्षातून एकदा 'स्टॉक टेकिंग'साठी बंद ठेवतो.

माणसानंही मनाचे सगळे दरवाजे बंद करून 'स्टॉक टेकिंग' करायला हवं. राखेचं

आवरण पांघरलेले कितीतरी निखारे सापडतील. एखाद्या प्रसंगानं, व्यक्तीमुळं ती राख उडते आणि त्या निखाऱ्याचा चटका समोरच्या माणसाला बसतो. आपल्याच तोंडून ते शब्द निसटतात, तेव्हा त्याची धग आपल्यालाही जाणवल्याशिवाय राहत नाही.

ह्या उलट, एखाद्याचा सणसणीत परामर्श घेऊन त्याला त्याची जागा दाखवावी, असेही प्रसंग येतात; पण मुकाबला कुणाशी करायचा आहे, ह्याचाही विचार आपल्याला करावा लागतो. एखाद्या व्यवहारात आपल्याला लाखो रुपयांचा फटका बसलेला असला आणि व्यापारात आपल्या गुणवत्तेवर, कलेवर रोज आपल्याला विकून, कुणी गब्बर होत असला आणि वृत्तीनं तो 'शोले'तला गब्बरसिंग असला, तर आपल्याला गप्पच बसावं लागतं. कोर्टाकडं धाव घ्यावी, तर आणखीन एका गब्बरसिंगाकडं गहाण पडायचं. शत्रूची ताकद आजही आपल्याला अजमावून पाहावी लागते. घटस्फोटाचे खटलेही त्याला अपवाद नाहीत. खंडणी वसूल करणाऱ्या गुंडांपासून आज कायदा, कोर्ट, पोलीस कुणाला संरक्षण देऊ शकत आहेत का?

म्हणूनच अर्जुनाचं सांगणं अगदीच चुकीचं नव्हतं. ज्याच्याशी लढायचं आहे, त्याचा पूर्ण परिचय असावा, हा युद्धाचा पहिला नियम आहे.

खैरनार ह्यांना शरद पवारांचा पूर्ण पूर्वपरिचय असावा, असा अंदाज करू या. युद्ध मनोभूमीवर असो वा मैदानावर, शत्रूची ओळख महत्त्वाची! जे नुसतेच युद्धपिपासू आहेत ते जिंकतील, ह्याची शाश्वती नाही. कारण त्या वेळेला डोळ्यांवर एक धुकं दाटलेलं असतं.

म्हणूनच युद्धाच्या प्रसंगी मन जास्तीतजास्त शांत ठेवावं लागतं. संघर्ष आणि क्रोध ह्याही वेळेला मन शांत हवं. हे विधान विनोदी वाटेल, पण त्यात एक गर्भितार्थ आहे. विलक्षण संताप आला की, त्याचा निरीक्षणशक्तीवर परिणाम होतो. हवी असलेली वस्तू समोर दिसत नाही. लहान मुलांना मारताना आपण त्याच्या शरीरावर कुठं हात उगारीत आहोत, ह्याचं भान राहत नाही. डोळे, कान अशी नाजूक इंद्रियं जवळ असलेला मुलांचा गालच जवळचा वाटतो, कारण तेव्हा स्वत:ला वाकायचेही श्रम घ्यावे लागत नाहीत. काही मुलं एका कानानं बहिरी झालेली माझ्या ऐकिवात आहे. आपला हात किती लागतो, हे मारणाऱ्या बापाला कळत नाही; पण निरीक्षण आणि क्रोध एकाच वेळी हे संभवत नाही. पत्नीवर हात उगारणारे नवरे कमी आहेत का? एकच सुविद्य, बाणेदार स्त्री माझ्या परिचयाची आहे. एरव्ही निष्क्रिय असणाऱ्या नवऱ्यानं आपला पुरुषीपणा दाखवायचा, म्हणून तिच्या अंगावर हात टाकला. एक-दोन वेळा तिनं सहन केलं. त्यानंतर असह्य होऊन तिनं गळ्यातलं मंगळसूत्र तोडून ते नवऱ्याच्या अंगावर भिरकावलं आणि सांगितलं,

"आपला संबंध संपला, घराबाहेर व्हा."
तिच्या वडिलांनी तिच्याच नावानं राहतं घर करून दिलं होतं, म्हणून ती हे म्हणू शकली.
संघर्षातही स्वत:चं आणि प्रतिस्पर्ध्याचं सामर्थ्य माहीत असावं लागतं. मला त्यामुळंच महाभारत म्हणजे 'चालू वर्तमानकाळ' वाटतो.
महाभारत म्हणजे व्यवहारवाद आहे. रामायण आदर्श आहे, म्हणूनच ते एकमेव आहे. महाभारताचं तसं नसल्यामुळं आज सर्वत्र कौरव दिसताहेत. राजकारणी लोकांचा गुंडांना म्हणजेच कौरवांना उघडउघड पाठिंबा आहे. खडकीला तयार होणारी शस्त्रास्त्रं आणि दारूगोळा मिलिटरीऐवजी गुंडांच्या हातांत आणि त्यापायी पोलीस हतबल झाले आहेत. हे वर्तमानपत्रात जाहीर झालं आहे. (लोकसत्ता १४जून, १९९४.) कितीतरी माणसांचा अर्जुनच झाला आहे.
'विचार' ह्याचंच दुसरं नाव 'अर्जुन' असं म्हणावं, तर द्रोणाचार्य, भीष्माचार्य, कृपाचार्य, विदुर असे अर्जुनापेक्षा एकाहून एक जास्त विचारवंत त्या काळात नव्हते काय?
द्रौपदी- वस्त्रहरणाच्या प्रसंगी ह्या महाभागांनी किमान सभात्याग का केला नाही? आज मुंबई महानगरपालिकेपासून दिल्लीपर्यंत फडतूस मानापमानासाठी, स्वार्थासाठी विरोधी पक्ष सभात्याग करतात. अर्थात राज्यकर्ताच अंधळा, मग विरोधी पक्ष हवाच कशाला!
म्हणूनच युद्धाचा निर्णय, ठराव बहुमतानं पास झाला, ह्यात नवल काय?
मग दुर्योधनाचं नक्की चुकलं कुठं?
युद्धाच्या केंद्रस्थानी त्याच्यासमोर भीम होता, हे मी आधीच लिहिलं. अर्जुन विचारी आहे, म्हणून युद्धातून तो माघारही घेईल, कारण तो मनापासून कुरुक्षेत्रावर आलेला नाही. ज्यांना डोकं कमी, पण शारीरिक ताकद अफाट, अशा माणसांचाच युद्धात खरा उपयोग होतो.
'आपण नक्की जिंकणार' अशा भावनेनं दुर्योधन लढण्यासाठी आतुर झाला होता. त्याचा शेवट काय होणार, हे त्याला माहीत नव्हतं.
आपलं ह्याहून वेगळं काय होतं? वर्षानुवर्षं एखाद्याशी मैत्री असते. त्या माणसाशी ज्या व्यक्तीचा सूर जुळेल, अशा व्यक्तीची आणि त्याची आपण आवर्जून ओळख करून देतो; आणि तो जुनापुराणा मित्र त्या नव्या व्यक्तीला 'आपल्यापासूनच सावध राहा, तुझा वापर करून सोडून देतील आणि तू परस्पर मला 'भेटलास' किंवा 'भेटलीस', तर त्याला सांगू नकोस' असे इशारे देतो आणि स्वत:चं जाणं-येणं आपल्याशी पूर्ववत ठेवतो. ती नवी व्यक्ती गोंधळते आणि आपल्यालाच विचारते, "तुमचा हा जुना, घनिष्ठ मित्र असा कसा?"

मैत्री, विवाह, संसार ह्यांचा प्रारंभ जसा होतो, तसाच त्याचा शेवट अपेक्षेप्रमाणे होत नाही. आयुष्य ही एक अज्ञात यात्रा आहे. भाग्योदयासाठी आपण जो प्रारंभ करतो, त्याचा शेवट भाग्यातच होतो, असं नाही.

असं का होतं?

आपल्याबरोबर, आपल्या जीवन-यात्रेबरोबरच एक अज्ञात शक्तीही प्रवास करीत असते. त्या शक्तीनंही एक हातचा राखून ठेवलेला असतो, हे आपल्याला माहीत नसतं.

अर्जुन डामाडौल झाल्यावर कृष्ण मध्ये येईल आणि अर्जुनाला युद्धप्रवृत्त करील, हे दुर्योधन साफ विसरला होता.

इमर्सननं जेव्हा महाभारत वाचायला प्रारंभ केला, तेव्हा पहिल्या वेळेला घाबरून पुस्तक बंद केलं. तथाकथित धार्मिक माणसांना अर्जुनाची भूमिका योग्य वाटत होती. हेन्री थोराची अवस्था इमर्सनसारखीच झाली.

पण आयुष्य कोणत्याही सिद्धान्तावर चालत नाही. आयुष्य म्हणजे आखून दिलेली पायवाट नव्हे किंवा रेल्वेचे रूळ नव्हेत. ते गंगेच्या प्रवाहाप्रमाणे सुसाट वाहतं. वाट आणि उतार गवसेल तसं. त्याच्यासाठी पूर्वनियोजित आखून दिलेला मार्ग नाही. म्हणूनच आयुष्यालाही दिशा नाही. आपण ठरवलेल्या दिशेनंच जात राहू. मुक्कामाचं जे ठिकाण निश्चित करू तिथंच पोहोचू, ही शाश्वती नाही.

मेडिकलला जाणाऱ्या मुलाला मेडिकलला जायला मिळेलच, ह्याची खात्री नाही. डान्सर व्हायचं अशा मुलीला बी. कॉम होऊन चुपचाप नोकरी करावी लागते. सर्वांत हुशार मानलेला मुलगा दारू आणि गर्दकडं वळेल, हे ध्यानीमनी नसतं. नोकरी लागायच्या आतच आई-बापाच्या कमाईवर रुबाब करणाऱ्या मुलाच्या खिशात सिगारेटचं पाकीट कधी सापडेल, ह्याचा पत्ताही लागत नाही. एक अज्ञात शक्ती खाली उतरते आणि माणसाचा डाव उधळून लावते. पसंत पडलेल्या मुलीशी प्रेमविवाह किती जणांचा होतो आणि न आवडलेले पुरुष लोढण्याप्रमाणे किती स्त्रियांना सांभाळावे लागतात, ते फक्त आजूबाजूला नजर टाकून पाहावं.

दुर्योधनाला युद्धाचा शेवट अज्ञात होता. आपल्याकडं बलाढ्य योद्धे आहेत, ह्यातच तो प्रसन्न होता. कार्याच्या प्रारंभातच त्याची परिणती समजणारे द्रष्टे दुर्मीळच!

ॲटमचा शोध लावणाऱ्या शास्त्रज्ञांना त्याचा शेवट काय होणार आहे, हे कुठं माहीत होतं? सगळी सृष्टी हिरवीगार होईल, पृथ्वीतलावर दारिद्र्य उरणार नाही, हे शास्त्रज्ञांचं स्वप्न होतं.

हाच धर्म.

धर्म आणि शास्त्रं जुळ्या भावंडांप्रमाणे नांदायला हवेत. मनुष्यप्राणी शांत, सुखी,

समृद्ध व्हावा, ही जर प्रत्येक धर्माची प्रेरणा असेल, तर शास्त्रज्ञ ज्ञानमार्गानं तेच साधू पाहत आहेत. माणसाला निर्भय बनवणं हाच अंतिम हेतू. अणूचा शोध लावणारे शास्त्रज्ञ नागासाकी, हिरोशिमा पाहायला जगले नाहीत, म्हणून आपण जगाला एक दैवी देणगी दिली, ह्या आनंदात गेले. अणुशक्तीचा दुरुपयोग सत्ता आणि लालसा ह्यांसाठीच केला जातो आणि केला गेला, हे ज्या शास्त्रज्ञांनी पाहिलं, त्यांना मरणाच्या यातना झाल्या. अशा दुर्दैवी शास्त्रज्ञांत आइनस्टाईनपण होते.

कोणत्याही शोधाबद्दल हेच म्हणता येईल. वर्षानुवर्षं चाललेली नाट्य-संमेलनं, साहित्य संमेलनं, सवाई गंधर्व पुण्यतिथीचे कार्यक्रम, संपूर्ण नाट्यसृष्टी आणि शिवाजी पार्कवरचे उत्स्फूर्त प्रतिसादानं होणारे मेळावे मायक्रोफोन, अँप्लिफायर, लाउड स्पीकर्स ह्या शोधाच्या आधारावर अनेक श्रोत्यांना तृप्त करतात.

राजकारणी आणि निरक्षर अडाणी लोकांच्या हातांत ही यंत्रणा गेली की, संपलं! आणि तशी ती गेलीच आहे. लाउड स्पीकर्सपायी आज वेड लागायची पाळी आली आहे. माझ्याच घरी स्वयंपाकाला येणारी शारदा नुकतंच लग्न झालेली. तिनं वयाची 'विशी' तरी ओलांडली आहे की नाही, माहीत नाही. ती एक दिवस कामावर आली नाही म्हणून मी तिच्या झोपडपट्टीत गेलो. वेगवेगळ्या वयांची, वय वर्षं सहा महिन्यांपासून चार ते पाच वर्षांपर्यंत काही अर्धनग्न, काही संपूर्ण, अशी संख्येनं किती पोरं असावीत?

किमान साठ ते सत्तर!

तिथं सत्यनारायणाची पूजा. माणसं बहिरी होतील, असे चार-चार फूट उंचीचे जंबो लाउड स्पीकर्स. गाणं कोणतंतरी 'होलेऽऽहोले'वालं. व्हिडिओ कॅमेरा आणि उघड्या गटारांच्या काठावर झोपड्या. आठ फूट बाय आठ फूट झोपडीला तीस हजार मोजलेले. भोकांच्या पत्र्यांच्या भिंती. तीस हजारांत झोपडी नावावर! दलालातर्फे रेशन कार्ड.

हे भारत राज्य! गांधारीच्या अगोदरच धृतराष्ट्रानं पट्टी बांधलेली. कोणताही टॅक्स न भरणारी ही सत्तर टक्के जनता.

मशिदीवर लाउड स्पीकर. राज्य निधर्मी म्हणून. स्टेशनचे प्लॅटफॉर्म आणि काही रस्ते शुक्रवारी नमाजासाठी बंद.

ट्रॅफिक सिग्नल लागताच पंचवीस-तीस हॉर्न्स वाजलेच पाहिजेत. आवडत्या हॉटेलात शांतपणे चार घास खायला जावं, तर तिथंही स्पीकर्स आहेतच. निवडणुका आल्या म्हणजे बोलायचंच नाही. रस्तोरस्ती मतांची भीक मागत हिंडायचं. तिथं तर लाउड-स्पीकर हवाच. मोठाली कामं प्रत्यक्ष करून दाखवण्याऐवजी 'कामं करणार' हे मोठ्यांदा सांगायचं.

पाखंडी लोकांचा धर्म, झोपडपट्टीतला अज्ञानी अहंकार, वाहनं बाळगणाऱ्यांचा गर्व, हॉटेलातली फॅशन आणि मतांची भीक मागणारे पुढारी... लाउड-स्पीकर.

अत्यंत साध्या शोधाची ही फलश्रुती!

मोठ्या शोधांचं काय सांगावं? धर्म आणि शास्त्र राजकारणी लोकांच्या हातांत गेलं की, संपलं! माणूस संपला!

माणूस फक्त कार्याचा प्रारंभ करू शकतो. विवाहपत्रिकेवर 'मंगलपत्रिका' असं छापू शकतो. 'संसार' मंगल करायला फार वेगळी गुणवत्ता लागते. श्रीगजाननाचं आणि कुलदेवतेचं चित्र पत्रिकेवरच राहतं. त्यानंतर 'पत्नीला' 'अनुकूल देवता' बनवण्याची पात्रता किती जणांकडं असते? पात्रता नसेल; किमान प्रयत्न? प्रारंभच हातात असतो. शेवटचा निर्णायक क्षण प्रारंभीच ज्यांना दिसतो, असे द्रष्टे मोजकेच! यश मिळालं की, 'जितं मया' म्हणायचं. अपयशाचं कारण शोधायला 'निमित्त' किंवा खापर फोडायला व्यक्ती शोधायची.

एक अज्ञात शक्ती मध्ये असते, ह्याचं स्मरण अर्जुनालाही नव्हतं, असं मला वाटतं. कृष्ण आपल्याला युद्धाकडं खेचून आणील, हे केवळ दुर्योधनालाच अज्ञात होतं, असंच का मानायचं? अर्जुनपण अनभिज्ञच होता.

निर्मितीच्या क्षणीही हेच होतं आणि सामान्य माणसाच्या आयुष्यातही अज्ञाताचा वावर सातत्यानं असतो.

ह्याचा अर्थ माणसानं आपण होऊन कोणतीच कृती अथवा कार्य करायचंच नाही का? तसं ठरवलं, तर जगाचा कारभारच बंद पडेल.

प्रयत्नात ढिलेपणा नको.

कष्ट करताना सवलत नको.

महत्त्वाकांक्षेला मर्यादा नकोत.

आणि

आपल्याइतक्याच पोटतिडिकेनं दुसरी व्यक्ती आपलं काम करील, ही भ्रांत नको. काम म्हणा, कर्म म्हणा किंवा प्रयत्न हे सगळं करीत असताना निर्णय घेणारी आणखी एक अज्ञात शक्ती आहे, ह्याचं भान ठेवावं. आपण प्रयत्नात ढिलाई केली नाही, हे समाधान कुणीही हिरावून घेऊ शकत नाही.

आत्मा, परमात्मा, परलोक, परमेश्वर ह्याची मला प्रत्यक्ष प्रचिती नाही, हे मी सांगण्याची आवश्यकता नाही. रोज सकाळी आत्मा, संध्याकाळी परमात्मा आणि

फोन लावला की परमेश्वर अशी परिस्थिती नाही. तरीसुद्धा लोकमान्य टिळकांचं गाजलेलं भाष्य, 'ह्या न्यायालयापेक्षा एक वरिष्ठ न्यायालय आहे, तिथं मला न्याय मिळेल' ह्याची आठवण होते. 'कर्मयोगी' टिळकांचं हे वचन. ह्यात 'भक्तियोग' नाही. तरीही अज्ञात शक्ती मध्ये उतरते.

सहलीला निघालेली तीस-बत्तीस मुलं आत्महत्येला निघाली होती का? लग्न करताना किती मुलींना माहीत असतं की, आपण हुंडाबळी ठरणार आहोत? ह्या झाल्या दुर्दैवी घटना!

पण मोठमोठ्या शास्त्राच्या शोधाबाबत हेच घडतं. आइनस्टाईन, मॅक्स प्लांक, एडिंग्टन किंवा एडिसन ही सगळी थोर माणसं म्हणतात,

"जे आम्ही जाणलं, ती आमची जाणीव नाही."

उपनिषद असो, वेद असो, बायबल किंवा कुराण हे लिहिणाऱ्या सगळ्यांचं सांगणं हेच आहे.

तोच न्याय माझ्यासहित सगळ्या लहान-थोर प्रतिभावंतांना लागू आहे. शास्त्रज्ञही शोधाच्या नेमक्या क्षणी जाणिवेच्या पातळीवर होते का? नऊशेनव्व्याण्णव प्रयत्न फसल्यावर हजारावा शोध प्रकाशाचा वेध घेण्यात यशस्वी ठरला. हाताखालचे शास्त्रज्ञ थकले; पण एखाद्या नव्या बागेत फेरफटका मारायला जावं, तसा एडिसन कोरा, प्रफुल्लित, टवटवीत मुलासारखा प्रयोगशाळेत येत होता. दिवा प्रकाशाचा पुत्र आणि त्याच वेळेला पिता झाला आणि एडिसन म्हणाला,

"नऊशेनव्व्याण्णव पद्धतीनं दिवा होत नाही, हे मला समजलं."

एडिसन इतकंच म्हणाला. हजाराव्या वेळेला का झाला? ह्याचं उत्तर तो देऊ शकला असता का?

नोबेल पारितोषिक विजेती मादाम क्यूरी. तिच्या यशाचं रहस्य तिला माहीत नाही. संशोधनातलं यशाचं अखेरचं प्रमेय. त्यानंतर विजयश्रीचं निशाण फडकणार. विचार करून ती थकून झोपली आणि सकाळी उठून पाहते, तर प्रमेय तयार! तिचा विश्वासच बसला नाही. खोलीत कुणी येणं शक्य नाही आणि नोकरचाकरांपैकी कुणी उत्तर शोधलं असतं, तर तो चमत्काराहून महान चमत्कार घडला असता. मग काय परमेश्वर आभाळातून उतरला काय? जवळजवळ तसंच.

तिच्या चेतन मनानं हार मानली, तेव्हा अचेतन मन सजग झालं. निद्रा-जागृतीच्या सीमारेषेवर असताना ती अपरात्री उठली. प्रमेय सोडवून ती पुन्हा झोपली. हेच घडतं. अज्ञाताचा हात पार्थिवाचा आधार घेत प्रकट होतो; निर्मितीच्या विश्वात वावरतो. तोच हात दुर्योधनानं गृहीत धरला नव्हता. 'सेनयोरुभयोर्मध्ये रथं स्थापय मेऽच्युत।' ह्या चित्रानं केलेली ही जखम.

ही जखम शिवण्याचा हा प्रयत्न.

पाठीशी ओशोंच्या दोनशे अठ्ठावीस कॅसेट्स.
गीतेचं मूल्यमापन करणारा मी कोण? वजनं, मापं, तराजू वापरायचे ते स्वत:च्या सीमित विचारांचे. अर्जुनासारखा जीवन-मरणाचा सवाल आजवरच्या आयुष्यात उभा राहिला नाही, कारण धनुष्य तर विसराच, बोटही उगारण्याची हिंमत नाही. आसक्ती-विरक्तीचा घड्याळाचा लंबक मनात झोके घेतोय. वाचणार कृष्णाची गीता, मानणार स्वत:ची आणि तरीही आता हेच लिहावंसं वाटतंय. इतर सगळं सगळं नको वाटतंय. ह्याचा अर्थ हे वाटणंही माझं नाही. वाटणंच माझं नाही, मग लेखन माझं कसं म्हणू? त्यालाच पुन्हा प्रकट व्हायचंय का? माझ्यासारखा एक नगण्य जीव त्यानं निवडला असेल का? मग हा माझ्या जीवनातला महोत्सव!
हा महोत्सव कृतकार्य होईपर्यंत तो अज्ञाताचा हात माझ्या पाठीवर राहील का?

आठ

सोसायटीत एकाएकी आरडाओरडा सुरू झाला. मी धावलो. चौदा-पंधरा वर्षांच्या एका मुलाला दोघा-तिघांनी धरून ठेवलं होतं. एक जण त्याला फटाफट मारीत होता. सोसायटीतली सायकल पळवताना तो सापडला होता. मीही त्यात सामील झालो. एक-दोन तडाखे लगावीत म्हणालो,
''पोलिसांना कळवा.''
कुणीतरी फोन केला. पोलीस आले. त्याला व्हॅनमध्ये टाकून घेऊन गेले. आता तो रिमांड होममध्ये जाईल आणि पाठोपाठ विचार आला,
'तिथं तो सुधारेल की व्यावसायिक चोर होईल?' काही का होईना, 'रंगे हाथ सापडला.'
खूप झालं.
मध्ये पंधरा-वीस दिवस गेले. मी तो प्रसंग विसरलो. तरीही मला हलकं वाटत होतं आणि आश्चर्यसुद्धा. अन्यायाचा मीही परामर्श होऊ शकतो, असं केवळ अनोळखी मुलाला दोन थपडा मारून वाटत होतं.
तोच दुसऱ्या मनानं मला थप्पड मारली.
'हा परामर्श तू एकटा असतास, तर घेतला असतास का? तुझ्यात बळ आलं, ते आणखी चार माणसं तिथं होती, इतर दहा-पंधरा जण धावून आले म्हणून. त्या सगळ्यांचं ते सामर्थ्य होतं. दगडफेक होते, ती जमावाकडूनच. 'मॉब सायकॉलॉजी' किंवा 'पब्लिक आय क्यू इज व्हेरी लो' म्हणतात, ते ह्यालाच. तू नेमकं कुणाला

मारलंस, ते सांग.'

मी दुसऱ्या मनाला प्रामाणिकपणे म्हणालो,

'स्वातंत्र्य मिळाल्यापासून देशाचा खेळखंडोबा करणारे मंत्री मला त्या मुलात दिसले. लोकसंख्येचा अतिरेक झाल्यानं तो मुलगा चोरीला प्रवृत्त झाला. झोपडपट्टीतल्या माणसांना अक्कल येत नाही. नागड्या, अर्धपोटी लेंढारांचा तांडा जन्माला घालणाऱ्या माणसांना ती थप्पड होती. महाराष्ट्रातल्या अग्रगण्य कलावंताचा – श्रीराम लागूंचा मुलगा रेल्वेनं प्रवास करीत असताना एका अज्ञात मुलानं गंमत म्हणून रेल्वेवर दगड भिरकावल्यानं मरतो. तो अज्ञात मुलगाही मला त्या सायकल-चोरात दिसला असावा, म्हणून मी हात उचलला. जमिनीमागून जमिनी घेणारे मंत्रीपण त्यात होते. रेल्वेला आगी लावणारे गुंडही त्याच्यात दिसले. किती यादी देऊ?'

'आठवेल तेवढी. पण यादी सांगून काय उपयोग? उपायांचं काय? ह्या स्थितीला देश का आला, हे हवं.'

मी दुसऱ्या हटवादी मनाला म्हणालो,

'राज्यकर्त्यांना ह्या देशाच्या समस्या समजलेल्याच नाहीत किंवा नेमक्या समजल्या आहेत, म्हणून त्या सोडवायच्या नाहीत. प्रत्येक समस्येच्या मुळाशी 'लोकसंख्या' हे एकमेव उत्तर आहे. शिक्षणक्षेत्रात अंगठाछाप पुढाऱ्यांची ढवळाढवळ, व्यापारी, स्मगलरांच्या आधारावर निवडणुका, आश्वासनांचा ग्रॅण्ड रिडक्शन सेल. एका थपडेमागं एवढा असंतोष होता आणि माझ्यासकट सगळ्या निष्क्रिय विचारवंतांतर्फे ती थप्पड होती.'

'समर्थन अप्रतिम!'

'म्हणजे काय?'

'तुझ्या मनात क्रोध आहे, हे एकमेव कारण. उरलेलं सगळं शिवाजी पार्कवरचं भाषण होतं. क्रोध नावाची वस्तूच मनात उपस्थित नसती, तर तू हात उगारलाच नसतास.'

मी गप्प राहिलो. स्वतःच्या दुसऱ्या मनासमोर कोणतेही बहाणे टिकत नाहीत. हा न आवडणारा भाडेकरू कधीही हाकलता येत नाही.

इतर सहा भाडेकऱ्यांचं आणि ह्या भाडेकरूचं जन्मभर एकमेकांशी पटत नाही. इतकंच नव्हे, तर इतर सहा बिऱ्हाडांत, 'पद', 'प्रतिष्ठा', 'सत्ता', 'संपत्ती', 'ऐश्वर्य', 'खुर्ची', 'लौकिक' असे पाहुणे येतात, त्यांच्याशीसुद्धा ह्या एका भाडेकरूचं पटत नाही. त्यावरून वाड्यात सतत कलह माजलेला असतो. संभ्रमाची वाहनं चौकात उभी असतात. अहंकाराच्या वाफांनी, वाहनांनी चौक दूषित झालेला असतो. संघर्षाच्या वेळी सहा बिऱ्हाडकरू एका बाजूला होतात. त्या एकट्यावर तुटून पडतात. पण त्यानं एकट्यानं कायमचं डिपॉझिट भरलेलं आहे. तो शांत राहतो. बाकीचे टरकून आहेत, म्हणून एकेकटे मुकाबला करीत नाहीत. भ्याड माणसांचा कळप आपोआप तयार होतो. मीही गप्प राहतो.

'माझ्या मनात अंगार आहे, म्हणून मी हात उगारला.' ह्या वाक्यानं विजेचा लोळ आला. मती कुंठित करून गेला.

मध्ये पंधरा-वीस दिवस गेले. सहज आपटेकडं गेलो.

तिथे वेगळंच नाट्य! आपटे आपल्या मुलाला जाड रुळानं बडवीत होता. त्याचं भान सुटलं होतं. लाकडी रुळाचे फटके कसेही, कुठंही बसत होते.

आपटेच्या मुलानं मला 'काका' म्हणून हाक मारली.

मी आपटेच्या हातातला रूळ काढून घेतला.

"त्याला पाठीशी घालू नकोस. माझा मुलगा म्हणतो, माझं नाव लावतो आणि चोऱ्या करतो हरामखोर!"

"कोणती बँक लुटली?"

"आत्ता फक्त मित्राचं पेन पळवलंय, मोठेपणी बँका लुटेल."

"एखादा फटका मर्मस्थानी बसला तर? पोरगं अधू झालं तर?"

"आपोआप चोऱ्या थांबतील."

"चुकीचा समज आहे. त्याला मारत राहिलास, तर तो तुझ्यावर दात धरील. त्याचं मतपरिवर्तन कर. एखादी गोष्ट आवडणं हा गुन्हा नाही; पण ती गोष्ट चोरून मिळवण्यापेक्षा त्याला कर्तृत्वावर मिळवायला शिकव. एक माणूस घडवल्याचा तुला आनंद मिळेल."

घरी परतलो, तो कमालीच्या डौलात आणि त्या कायमचं डिपॉझिट भरलेल्या भाडेकरूनं हसायला सुरुवात केली.

"काय झालं?"

"तुझ्याकडून मतपरिवर्तनाचा सल्ला ऐकून हसायला आलं."

"चुकीचं बोललो?"

"मुळीच नाही. पण सायकल पळवणारा मुलगाही त्याच वयाचा होता. सोसायटीतल्या माणसांना तेव्हा मतपरिवर्तनाचा सल्ला का दिला नाहीस? एक नागरिक घडवणं...."

"तो मुलगा परका होता."

"म्हणून हिंसा...."

"हा फार कडक, अतिरंजित शब्द..."

"त्याच्या मुळाशी क्रोधच आहे. मग आपटेचा मुलगासुद्धा...."

"तो मला काका मानतो."

"हेही वरवरचं, झुगारून देता येण्यासारखं नातं आहे. त्यानं तुझं पेन चोरलं नव्हतं, हेही महत्त्वाचं आहे. मुख्य तत्त्व वेगळंच आहे. तुझ्या मनात ममत्व निर्माण झालं.

सायकल-चोरीच्या बाबतीत क्रोध होता. त्याच मनात इथं ममत्व निर्माण झालं.''

''पण....''

''हे जगावेगळं घडलेलं नाही. गीता वाचली असतीस, तर तुला कळलं असतं, अर्जुनाचं हेच झालं.''

मी दुसऱ्या मनाकडं अनेक दिवसांनी प्रेमानं पाहिलं.

''लाखातलं बोललास!''

''हे मी बोललो नाही. हे कधीच बोललं गेलंय. खरंतर, गीता शाळेपासून शिकवली पाहिजे.''

अर्जुनाचं असंच झालं असेल का? अर्जुनाला युद्ध नवं नाही. युद्ध टाळावं, अशाही मताचा तो नाही. लहानपणापासून त्याला योद्धा बनवण्यात आलं आहे. तरीही त्याच्या मनात ममता होती. किंबहुना म्हणूनच माया निर्माण झाली. ज्याला खऱ्या अर्थानं अहिंसक व्हायचं आहे, त्यानं 'हे माझं आहे' हा विचार प्रथम सोडायला हवा. कारण ममता आणि हिंसा एकाच नाण्याच्या दोन बाजू आहेत.

महाभारत तात्पुरतं लांब ठेवू. अगदी रोजचं उदाहरण घेऊ.

मुलांची शाळा.

भरमसाट लोकसंख्या. त्यामुळं प्राथमिक शाळा, माध्यमिक शाळा दोन शिफ्ट्समध्ये! मुलांना लवकर उठवत नाही. आई-वडील पहिल्यांदा लाडीगोडीनं उठवतात आणि नंतर हात उगारतातच. आपलेपणाचा भाव हिंसात्मक वृत्तीपासून वेगळा काढता येत नाही किंवा 'आपलेपणा' म्हटलं की, हिंसा करायला मन धजावत नाही, हे विधान जास्त समर्पक वाटतं.

मग आपटे आपल्या मुलाला गुरासारखं का बडवीत होता? तो 'चोरीचा' राग होता की 'आपला मुलगा आणि चोर?' ह्या अहंकारापोटी चोरीचा राग होता?

'माझा' हा विचारच हिंसा आहे. माझा हा शब्दच परका ह्या शब्दाला जन्म देतो. ज्या ज्या माणसांना मी 'मित्र' मानतो, जवळचा मानतो त्यांच्याभोवती मी आपोआप एक वर्तूळ आखतो. तसं वर्तूळ आखताक्षणी मी उरलेल्यांना वर्तुळाच्या बाहेर टाकतो. 'आप्त' आणि 'परके' ह्यांच्यामध्ये मारलेली रेषा म्हणजेच हिंसा!

अर्जुनाचं हेच झालं. त्याच्या आयुष्यातलं हे पहिलं युद्ध नव्हतं. युद्धाची तयारी एका क्षणात होत नाही. पहिली तयारी मानसिक पातळीवरच करावी लागते. नंतरच कृतीपर्यंत जाता येतं. मानसिक तयारी नसताना आपल्याला एरव्ही आवडणारी व्यक्ती जरी अचानक आली, तरीही त्या परिस्थितीशी समरस व्हायला थोडा अवधी लागतो. मग काही निर्णय घेण्याची सक्ती झाली तर?

पोतनीसच्या बाबतीत असंच झालं. त्याला एक मुलगी; पण विलक्षण तापट, कहरी! ह्याच स्वभावापायी संसार कडेलोटाच्या मार्गावर. माझ्यासकट अनेकांनी तिची समजूत घातली. शेवटी पोतनीसनं तिला सांगितलं,

"ह्या परिस्थितीत फरक पडेपर्यंत सहा महिने मी तुझ्या घरी येणार नाही."

त्यानंतर पोतनीस आजारी पडल्याची बातमी कळली.

मी भेटायला गेलो.

ब्लडप्रेशर वाढलेलं. मला मिठी मारून तो रडू लागला.

मी समजूत घातली नाही.

तो मोकळा होत होता. ते आवश्यक होतं. तोच सांगायला लागला,

"माझ्या दुखण्याचं कारण मलाच माहीत आहे. 'तोडणं' हा माझा स्वभाव नाही. मुलीपासून लांब राहायचं, हा विचारच मला पेलत नाही. मनाची पूर्वतयारी नसताना मी हा निर्णय घेतला. ही शिक्षा मला आहे."

"खरंतर तुझ्या मुलीला ही शिक्षा वाटायला हवी."

"माझ्यावर तिचं खरं प्रेम आहे की नाही, हे बघण्यासाठीच मी हा प्रयोग करतोय."

"तिच्यात फरक पडला नाही तर?"

"माझं जे व्हायचं ते होईल."

"ह्यात काय अर्थ आहे?"

"मग काय करू? तिला हंटरनं बडवून काढू?"

"बडव."

"मध्ये माया, वात्सल्य कडमडतं ना! तिच्या नवऱ्यानं हात उगारला तर काय होईल, ह्या विचारानं जिथं माझे हातपाय कापतात, तिथं मीच हात उगारणं कसं शक्य आहे? त्यापेक्षा स्वत:ला शिक्षा...."

"तीही हत्याच!"

"मान्य; पण स्वेच्छेनं स्वीकारलेली."

अर्जुनाचं हेच झालं.

पोतनीससमोर 'हंटर' आलाच ना? आणि ज्या क्षणी हंटरचा विचार आला, त्याच क्षणी 'आपली मुलगी' हे ममत्वाचं नातंही मध्ये आलं.

अर्जुनासमोर अनोळखी सैन्य उभं राहिलं असतं, तर शेळ्या-मेंढ्या कापाव्यात, तसा त्यानं खाटीकखाना करून टाकला असता. युद्ध अधार्मिक आहे, हा विचारही शिवला नसता. आपल्या मनात हिंसा काठोकाठ भरली आहे, ह्याची ओळख समोर सगळी ओळखीची माणसं एकत्र दिसल्यावर अर्जुनाला झाली.

नऊ

आपलं नेहमीचं आयुष्य म्हणजेच दिनक्रम हा साधारण आणि सामान्य घटनांनीच भरलेला असतो. सकाळी उठणं, चहा-कॉफी, वर्तमानपत्रातल्या स्वत:ला रुचणाऱ्या बातम्या वाचणं, अंघोळ, नोकरी, संध्याकाळ, रात्रीचं जेवण आणि झोपणं.

ह्या सगळ्या दैनंदिनीत आपल्या मनातही हिंसा दडली आहे किंवा हिंसेबद्दल कुतूहल लपलेलं आहे, ह्याचा सूक्ष्म शोध वर्तमानपत्रातल्या सनसनाटी बातम्या प्रथम वाचताना किंवा शोधतानाही आपल्याला लागत नाही. खून, आत्महत्या, दरोडा, अपघात, भ्रष्टाचार, बलात्कार इकडंच प्रथम नजर वळते आणि दिवसभर भेटणाऱ्याशी ह्याचीच चर्चा प्रथम चालते. हे इतक्या सहजी होतं की, हे सूक्ष्म हिंसेचंच रूप आहे, असं अतिपरिचयानं ध्यानीपण येत नाही. असाधारण प्रसंगांनीच आपली ओळख आपल्याला होते. सामान्य माणसाच्या आयुष्यातले असामान्य प्रसंगही फारसे असामान्य नसतात. स्वयंपाकातला एखादा पदार्थ न आवडल्यानं व्यक्त होणारी प्रतिक्रिया, पूर्वसूचना न देता आवडणारा वा नावडणारा पाहुणा आल्यास अनुकूल-प्रतिकूल दिली जाणारी वागणूक, इस्पितळात दाखल झालेल्या माणसासाठी मनापासून किंवा लादली गेल्यामुळं केली जाणारी सेवा, उसने म्हणून नेलेले पैसे वेळेवर परत न करणाऱ्या माणसाबद्दल प्रकट होणारा राग आणि सर्वांत जास्त कडवी वागणूक स्वत:च्याच मुलांना देणं ह्यापेक्षा अतिसामान्य कसोटी पाहणारे प्रसंग कोणते असतात?

लहान मुलं कोणत्याही प्रसंगी बळी जातात. कारण ती प्रतिकार करू शकत नाहीत. प्रेमापेक्षा धाक आणि काही घरातून दरारा ह्याच वातावरणात मुलं वाढतात. ती परावलंबी असतात आणि गुलामीत वाढणारी व्यक्ती अशान्त असते. मुलांशी थंड डोक्यानं संवाद करायला पालकांना सवड नसते. मग उरते हुकूमशाही.

हुकूमशाहीपायीच हिंसेची जोपासना होते आणि संधी मिळताच मुलं त्यांच्या मूळ रूपात प्रकट होतात.

पोतनीसच्या बाबतीत कदाचित हेच घडलं असेल. 'हंटर'च्या विचारापाठोपाठ आपल्याच मुलीच्या ममत्वाच्या नात्यानं त्याला हिंसेचं दर्शन झालं. हंटरपासून सुटका म्हणून सहा महिने तिचं दर्शनच नको, हा पलायनवाद!

हंटर काय किंवा धनुष्यबाण काय, ही प्रतीकात्मक. हिंसात्मक भाव खरा; ममत्व खरं. आपला आणि परका हा भाव सत्यरूप. ते असामान्य क्षणीच समजतं.

'मारू की मरू?' इतका टोकाचा प्रसंग तुमच्या-माझ्या आयुष्यात येणं अशक्य! पण 'हे सगळं करायचं, ते कुणासाठी?' ह्या प्रश्नाशिवाय कुणी जगला असेल,

असं मला वाटत नाही. प्रत्येक अपेक्षाभंगाच्या क्षणी कोणत्याही वयात, कुठल्याही क्षणी, कुठल्याही वळणावर, माणूस हा प्रश्न विचारतो – कधीकधी ज्या व्यक्तीला त्या मागच्या ज्वाळा दिसतील, अशा माणसाला प्रथम, नाहीतर मामुली परिचयाच्या व्यक्तीला आणि कुणीच भेटलं नाही, तर अगतिक होऊन स्वत:लाच!

'स्वान्त:सुखाय' हा शब्द केवळ अभावानंच आढळतो. प्रपंचात पडलेला माणूस तर सातत्यानं समाजाचाच विचार जास्त करतो. कपड्याचा उपयोग जिथं केवळ शरीर झाकण्यासाठी कमी आणि शोभेसाठी जास्त केला जातो, तिथं इतर दैनंदिनीबद्दल काय सांगावं?

पुण्या-मुंबईसारख्या शहरात एकाला एक चिकटून कापडांची, साड्यांची हजारो दुकानं असताना फूटपाथ आणि रस्त्याचा भागही दुतर्फा रेडिमेड कपडे, बायकांसाठी गाउन्स ह्यांनी गजबजलेला आहे. दीड-दोन वर्षांच्या नाजूक मुलांच्या पायावरही इलॅस्टिक पायमोज्यांचे वळ दिसतात. पायमोजे हा प्रकार त्या एवढ्याशा जिवाला अपरिचित असतो. त्या नाजूक त्वचेला इलॅस्टिकचा ताण सहनही होत नसेल; पण पायांतल्या बुटांपासून बुशशर्टपर्यंत आपलं कौतुक होतंय म्हटल्यावर slow poisoning ची नशा कधी चढते, हे त्यालाही कळत नाही. मग ते मूल 'फुल ड्रेपरीशिवाय' हलत नाही. त्या वेळी माता-पित्यांना सवड नसेल, तर दोन-चार चापट्यांचा खुराक दिला जातो. नंतर जसे मग पायमोज्यांचे वळ दिसत नाहीत, तसेच चापट्यांचेही. अपत्य-संगोपनापेक्षा अपत्य-सुशोभितपणा जास्त!

मुलाची वैचारिक वाढ हा प्रकार तर संपुष्टातच आलाय. गेल्या दहा-पंधरा वर्षांत माझ्या परिवारातली माझ्या नातवंडांच्या वयाची किंवा माझी ओळख करून घेण्यासाठी मला मुद्दाम भेटायला येणाऱ्या वाचकांची मुलं मी पाहत आलोय. त्यांच्या तोंडात कायम 'इऽऽलू इऽऽलू' सारखी गाणी. 'माझा मुलगा किंवा मुलगी मनाचे श्लोक म्हणून दाखवणार आहे, ह्यासारखं एकही उदाहरण नाही.' ह्या बुटांशिवाय तो घरातून बाहेर पडत नाही, असं सांगितलं जातं.

अशा कितीतरी गोष्टी स्वत:साठी कमी आणि मिरवण्यासाठी जास्त! लग्नाच्या आमंत्रण-पत्रिकेपासून देखावाच देखावा.

कुणी एका कुबेरपुत्रानं विवाह-सोहळा विमानात साजरा केला. वर्तमानपत्रवाल्यांनी ह्याबद्दल एक ओळ छापली नसती, तर एकही वाचक काही महत्त्वाच्या, जीवनावश्यक माहितीला मुकला नसता. आज झोपडपट्ट्यांतले सोहळेसुद्धा जम्बो लाउड-स्पीकर्स आणि व्हिडिओ रेकॉर्डिंगशिवाय साजरे होत नाहीत. विमानात लग्न-सोहळा म्हणजे गरुडाचे पंख लाभलेली एक झोपडीच! विवाह हा संस्कार आहे. जीवनाची संपूर्ण जडणघडण आणि पुढची वाटचाल ज्या टप्प्यावर बदलते, तो संस्कार. संस्काराचं नातं धरित्रीशी. संस्कृतीची सोयरीक जमिनीशी. विकृतीला आकाशही ठेंगणं. विमानात

लग्न. मग कुठला मंत्र-सोहळा? परिवारातल्या आणि परिवारावर जळणाऱ्या परिचितांसमोरचं हे मिरवणं ना!

वर्तमानपत्रवाल्यांनी प्रसिद्धी दिली, म्हणून माझ्यासहित काही लाखो वाचकांना हे समजलं. ही सांस्कृतिक बातमी होती, वैचारिक की सामाजिक? निदान संस्कृतीशी फारकत घेतलेल्या राजकीय स्तरावरची तरी होती का?

हेच पत्रकार सामाजिक बांधिलकीचे लगाम इतर विचारवंतांच्या गळ्यात बांधतात; आणि स्वत:च्या वर्तमानपत्रात कुबेरपुत्रांच्या लग्नाच्या विचारहीन वार्ता छापतात.

विवाह हा अत्यंत वैयक्तिक सोहळा आणि त्याहीपेक्षा जास्त तो 'संस्कार' आहे. 'सोहळा' दिपवण्यासाठी बारशापासून-बाराव्यापर्यंत समारंभ आणि आपत्ती साजऱ्या करायच्या, ते दौलतीचं आणि प्रेमाचं दांभिक प्रदर्शन करण्यासाठी.

जिवंतपणी सख्ख्या आईचा गळा दाबणारा, तिला उपाशी ठेवणारा, मारहाण करून रिक्षात बसवून स्वत:च्या भावाकडं आईला पाठवणारा मुलगा आणि त्याची पत्नी मी पाहिलेली आहे. रिक्षावाला कणव येऊन इतरांकडं त्या दुर्दैवी आईची चौकशी करीत होता. त्या आईचा बारावा आप्तमंडळींना बोलावून साजरा झाला, ते प्रेमाच्या प्रदर्शनासाठीच ना!

अशाच एका परिवारात तेराव्या दिवशी भाऊ बहिणीवर रिव्हॉल्व्हर झाडतो ही बातमी मी जेव्हा वर्तमानपत्रात वाचतो, तेव्हा मला ती अतिरंजित कशी वाटेल?

आज क्रिकेटसारख्या बेभरवशाच्या खेळासाठी देशाजवळ प्रचंड पैसा आहे; आणि अगणित रिकामटेकड्या माणसांजवळ उदंड वेळ आहे. सेवेला सॅटलाइट आहे. टांगणीला लावणाऱ्या आणि टांग मारून जाणाऱ्या विजयासाठी टांगलेला उपग्रह आहे. मन आणि बुद्धी प्रगल्भ करण्याचे ग्रह ह्या उपग्रहाच्या भाग्यात नाहीत. माझा क्रिकेटवर राग नाही; उडाणटप्पू खेळाडूंवर आहे. अभ्यास हसत-खेळत करावा; पण त्याच वेळी खेळाचा अभ्यास नको का? मोठमोठ्या कंपन्या स्वत:च्या स्टेटससाठी ह्या खेळाडूंना 'स्टाफ'वर घेतात. मस्टरवर सही करायची, एवढंच काम करून दहा-पंधरा हजार पगार खिशात टाकायचा. मैदानावर कर्तृत्व गाजवलंच पाहिजे असंही नाही, कारण IT IS A GAME OF CHANCE.

हे सगळं मान्य! पण हा खेळ फक्त बावीस भिडू आणि दोन अंपायर अशा चोवीस माणसांतच झाला, तर मॅचेस होतील का? खेळायचं ते कुणासाठी, हा प्रश्न त्यांनाही पडेल.

आपणही त्या बेभरवशाच्या डावात रंगतो. फटकारा मारल्यावर सिक्सर ठरली, तर बॅट्समन ग्रेट. कुणी कॅच पकडला, तर तो उतावीळपणा.

हे साध्या खेळाबद्दल. मग लालनपालन केलेली, सगळं आयुष्य ज्यांच्यासाठी वेचलं, ती मुलं संसाराचा खेळ बेपर्वाईनं उधळतात, तेव्हा त्यांच्या संसाराचे

धिंडवडे पाहून 'हे सगळं कुणासाठी केलं?' हा त्यांच्या पालकांना पडलेला प्रश्न कोण सोडवणार?

दहा

गीतेतला, महाभारतामधला अर्जुन आणि मी स्वत: किंवा मला भेटणारी प्रत्येक गोंधळलेली व्यक्ती ह्यांत मला फरकच वाटत नाही. कृष्णावतार संपला, तो संपलाच! अर्जुनाचा वंश विसाव्या शतकापर्यंत चालूच आहे. अर्जुनाच्या शंभर पटीनं धृतराष्ट्राच्या शंभर मुलांचाही वंश तितक्या पटीनं वाढतोय. निवडणुकीच्या तिकिटांच्या रांगेत उभा आहे. ह्या निवडणुकीपुरता तरी श्रीविष्णूंनी 'शेषा'ला रजा देऊन कदाचित डनलॉप घेतला असेल आणि शेषन रूपानं शेषाला पाठवला असेल. पुन्हा मत देताना विचारवंतांचा अर्जुन होणार.

अर्जुनाला समोर शत्रू दिसेचना; आप्त दिसले, कारण ते आप्त होतेच. ज्यांना दाखवण्यासाठी सिंहासन मिळवायचं, त्यांनाच मारल्यावर राज्याभिषेक कुणासमोर करायचा?

शेजाऱ्याच्या घरात मृत्यू घडला, तर मन फारसं कासावीस होत नाही. 'केव्हातरी मरण येणारच' ह्या तीन किंवा तत्सम शब्दांत आपण त्या परिवाराचं दु:ख गुंडाळून टाकतो. पण तोच मृत्यू आपल्या घराचं दारही न वाजवता आत प्रवेश करतो तेव्हा?

पत्नी मरते, तेव्हा पतीही मरतो. पत्नीमुळंच तो पती झाला होता. मूल जन्माला येतं, तेव्हाच आई जन्माला येते. त्यापूर्वी ती आई नसते. एका क्षणी मुलगा मरतो, त्याच क्षणी आई-बापपण मरतात.

'माझी माणसं' ह्या शब्दांतच 'मी' लपलेला आहे. जवळच्या माझ्या माणसांच्या दुलईतच मी झोपलेला असतो. ही माझी माणसं दुरावतात, तेव्हा मी उरतच नाही. फार कशाला?

आपण जे कुणी ना कुणी असतो, ते काय आकाशातून पडतो का? आपल्या जन्माबरोबर ह्या जगात येताक्षणी पत्नीची आई आणि पतीचा पिता होतो. कुणी मामा होतो, कुणी काका, कुणी मावसबहीण, आजी-आजोबा एवढी नाती निर्माण होतात! त्याच क्षणी आपणही मुलगा किंवा मुलगी, भाची, पुतणी, नात किंवा नातू, भाचा असे काही ना काही होतो. एका रेशमाच्या लडीचा, विविध रंगांचा गोफ आपल्याभोवती विणला जातो. ह्या सर्वांच्या दिशेनं, एखाद्या आयलंडपासून अनेक

रस्ते फुटावेत, तसे आपण दशदिशांना जोडले जातो.
असाच एक रस्ता शत्रूच्या गावालाही जातो. शत्रुत्वाचं नातं असलं, तरीही ते नातंच. भले ते आपण आखलेल्या वर्तुळाच्या बाहेरचा असेल, तरीही आपण त्याला जोडलेले असतोच. तोही नात्यातलाच म्हणायचा, कारण आपल्यापुरता तो समाजाचा घटक असतो. अप्रिय पण समाजच! ह्याव्यतिरिक्त वर्तुळंसुद्धा आखण्याची गरज नसलेली अगणित माणसं उरतात. कोणत्याही गावातल्या कोणत्यातरी रखमाला नवऱ्यानं वरवंटा घेऊन डोक्यावर आपटून ठार केलं, तर त्या बातमीनं आपल्याला फार काही वाटत नाही. पंतप्रधान किंवा मुख्यमंत्री ह्यांच्यावरचे अविश्वासाचे आणि लगेच विश्वासाचे ठराव वाचूनही आपण ते मनावर घेत नाही. ते नफ्फड, तर आपण तटस्थ. वर्तूळ आखायचेही कष्ट नाहीत. पण जेव्हा शत्रू मरतो, तेव्हा आपलाही एक हिस्सा जातो. 'माझा शत्रू' हे ममत्व असतंच.

तेच अर्जुनाच्या आड आलं. कौरवांकडून राज्य मिळवायचं. त्यासाठी कौरवांना मारायचं. सिंहासनावर चढताना कौरवच हयात नसतील, तर मिळवलेलं राज्य दाखवायचं कुणाला? राज्यावर आरूढ होण्यापूर्वी आशीर्वाद कुणाकडं मागायचा? अर्जुनाची व्यथा भाबडी होती का?
मुळीच नाही.
तो जेवढा लढवय्या होता, तेवढाच विचारी होता. विसाव्या शतकातल्या राजकारणी लोकांपेक्षा कितीतरी भिन्न!
नफ्फडपणे खुर्ची पकडून ठेवणं, पाय खेचणं, तोंडपुजेपणा करणं, भ्रष्टाचार हाच सदाचार समजणं, राष्ट्रद्रोह्यांना पाठीशी घालणं, सत्ता टिकवण्यासाठी भल्या भल्या नेत्यांची हत्या करणं हे आजचं चित्र कुठं आणि स्वकीयांना मारून राज्य नको म्हणणारा अर्जुन कुठं!
अर्जुन स्वतःच्या मनात लपसलेल्या हिंसेपासूनच पळत होता. कृष्णानं वारंवार धक्के तेवढ्यासाठी दिले. कृष्णानं गीता जास्त सांगितली नाही. अर्जुनानं वदवून घेतली.
अर्जुनाच्या मनातली हिंसा म्हणजे नेमकं काय? हिंसेचं स्वरूप किती सूक्ष्म असतं, ह्याची मला कल्पनाही करता आली नव्हती. अर्जुनावर सगळं ढकललं, म्हणजे आपण मोकळे! पण त्याचं मूळ स्वरूप समजलं म्हणजे स्वतःचंच दर्शन होतं. कोणतीही गोष्ट 'माझी' म्हटलं की हिंसा सुरू.
आपल्या घरी आलेल्या पाहुण्यांच्या लहान मुलांना आपली मुलं स्वतःच्या खेळण्यांना हात लावू देत नाहीत. एरवी अडगळीत पडलेलं खेळणंही पाहुण्यांच्या मुलांनी हात लावताक्षणी लाख मोलाचं होतं. दोन-तीन वर्षांचा एवढास्सा जीवही हात उगारतो.

मालकी हक्काची भावना, हीच हिंसा. ह्याच दृष्टिकोनातून 'ही माझी बायको' किंवा 'हा माझा नवरा' हे शब्द आले रे आले, की हक्क सुरू! 'POSSESSION' सुरू. दरबारात द्रौपदीची विटंबना झाली. इथूनच महाभारताच्या युद्धाचा प्रारंभ झाला. तिथपासून थेट एकविसाव्या शतकाकडं निघालेल्या सगळ्या समाजाकडं पाहिलं तर कोणतं चित्र दिसतं? हुंडाबळीच कशाला, साध्या घटस्फोटांबद्दल विचार केला, तर तोही सूक्ष्म हिंसेचाच भाग आहे. शंभरापैकी नव्वद संघर्ष मालकी हक्काच्या भावनेतून होतात. मग जिवंत माणसांना आपण वस्तू मानून तसाच व्यवहार करायला लागतो. खुर्ची आणि पत्नी सारखीच! नवरा आणि घर एकाच तोलामोलाचे. 'माझा' हा विचार म्हणजेच हिंसा. त्याच विचारातून पैसा, पद, प्रतिष्ठा, मोठं घर या गोष्टी निर्माण होतात. कितीही मोठं घर बांधलं, तरी 'ते पुरेसं आहे' असं किती जणांना वाटतं? निघेल. एखादा 'आता पुरे' असं म्हणेलही. दाराशी दोन-तीन गाड्या आहेत, पण हे सगळं बघायला मित्र, नातेवाईक तर सोडाच शत्रूसुद्धा नाही, असं घडलं तर झोपडी परवडली, असं वाटणार नाही का?

नुकतीच एका परिवाराशी ओळख झाली. तीन हजार चौरस फुटांचा बंगला, दोन इम्पोर्टेड गाड्या, तीन स्कूटर्स दाराशी आणि आता त्या परिवाराचा कुटुंब-प्रमुख चार हजार चौरसफुटांचा बंगला बांधतो आहे. मला त्यांनी वारंवार त्यांच्या प्राप्तीचे पुढं आणखी जे प्लॅन्स आहेत, त्यांच्याबद्दल सांगितलं. मी नसतो तर?

त्या माणसाला नातेवाईक, मित्र, फार कशाला, एकही वैरी नसता, तर ती वास्तू झोपडीसारखी किंवा ह्यापेक्षा झोपडी परवडली, असं त्याला वाटलं असतं. आपलं वैभव मला दाखवणारा हा अर्जुन आणि बघणाराही अर्जुनच! फक्त आम्हां दोघांना ट्रॅकवर ठेवणारा कृष्ण नाही.

त्याही काळात कृष्णानं गीता जास्त सांगितली नाही. अर्जुनानं जास्त वदवून घेतली. अर्जुनाचं हे आपणा सर्वांवर सर्वांत मोठं ऋण आहे. काळ कोणताही असो, अर्जुनाची संख्या वाढतच जाणार आहे, इतकं द्रष्टेपण अर्जुनाजवळ होतं. 'आप्तेष्टांना मारून राज्य का मिळवायचं?' ह्या एकाच प्रश्नाचा विस्तार म्हणजे गीतेचे अध्याय. एकदा एका प्रश्नाला एक उत्तर दिलं की संपलं! पण उत्तर मिळालं तरी समाधान मिळतं असं नाही. महाभारत, गीता दूर राहू दे. आज तुम्ही-आम्ही काय करतो? घरातली एखादी व्यक्ती दीर्घ काळ आजारी असते तेव्हा आपण वेगळं काय करतो? डॉक्टरांना आपण तेच तेच प्रश्न विचारतो. 'WAIT AND WATCH' ह्या त्यांच्या उत्तरानं आपलं समाधान होतं का? संसारातला साथीदार जेव्हा अचानक किंवा दीर्घ आजारानं जातो, तेव्हा त्याचं आयुष्य संपतं आणि मागं राहतो त्याचा संसार संपतो. त्या अपुऱ्या संसाराची तूट कोणत्यातरी मार्गानं भरून काढण्याची तो केविलवाणी

धडपड करतो. 'हल्ली आई किंवा बाबा विचित्र वागतात' हेच सतत स्वत:च्या संसारात मग्न असलेली मुलं बोलतात. भरून न येणाऱ्या खड्ड्यात आपला बाप किंवा आई जखमी होऊन पडली आहे, हे ते लवकर विसरतात.

विधवा आई किंवा विधुर बापाचं मानसिक दु:ख तर विसराच; पण त्यांच्या शारीरिक व्याधीचं नेमकं स्वरूप जाणून घ्यायलाही मुलांना सवड नसते. शंका उपस्थित करण्याचं किंवा प्रश्न विचारण्याचं काम काही सेकंदांचं असतं. प्रश्न निवारण्यासाठी वृत्ती लागते. वृत्ती असली की, वेळ काढता येतो.

अपत्यसंगोपनात ह्यापेक्षा वेगळं काय लागतं? प्रगतिपुस्तक पाहण्यासाठी काही सेकंद पुरतात. मुला-मुलीला दम भरायला जरा जास्त अवधी आवश्यक, पण त्यांची प्रगती घडवायला आपल्या आयुष्याचा काही हिस्सा तोडून द्यावा लागतो. ती तयारी नसली म्हणजे राहते ती प्रश्नावली.

मुलानं पहिला नंबर मिळवणं म्हणजे विकास, ही एकच कसोटी. 'ह्या कसोटीसाठी 'बाप' म्हणून आपण किती कष्ट घेतले?' हा प्रश्न कोणता पुरुष स्वत:ला विचारत असेल, कोण जाणे.

सध्याच्या पालकांना पहिला क्रमांक हवाय. त्यासाठी किंमत मोजायला नको आहे. अर्जुनाला विजय हवाय; पण त्याची अवाढव्य किंमत पाहून तो गारठलाय.

मला एकच प्रश्न पडतो. अगणित मनुष्यहानी होणार आहे, असा विचार दुर्योधनाला शिवला कसा नाही? त्याच्याकडं ममत्व नव्हतं? भावना नव्हत्या? आपण राज्याचं स्वामी व्हावं, ही महत्त्वाकांक्षा त्याच्या मनात आहे. ह्याचा अर्थ त्याला भावनाशून्य म्हणता येणार नाही; पण ज्याप्रमाणे हिंसा अंधळी असते, तसंच ममत्वही. समोरच्या माणसाची पात्रता नसताना त्याच्यावर जान कुर्बान करणारी माणसं आजही आहेत. मला कदाचित 'ममत्व अंधळं असतं' हे वचन खोटं वाटलं असतं, पण प्रत्यक्षात तशा व्यक्ती समोर आल्यावर हे विधान कसं नाकारू?

संसारात सूर हरवलेली एक बाई. तिला भावनात्मक पातळीवर एक सोबत मिळाली, पण तो सोबती साक्षात मवाली निघाला. तिच्यावर मालकी हक्क गाजवणं अत्यंत सोपं आहे, हे समजण्यात जो काही कालावधी गेला, तेवढाच. त्यानंतर तिला सर्रास मारहाण सुरू आणि तरीही आज त्या बाईचा जीव त्याच मवाल्यासाठी कासावीस होतो. अंधळं ममत्व ह्याहून वेगळं असेल का?

आज संततिनियमनाचं पालन करणारा फक्त बुद्धिजीवी वर्ग आहे. झुरळं परवडली

एवढी पैदास झोपडपट्टीत आहे. मुलांचं संगोपन ही बाळंतपणापेक्षा खडतर गोष्ट आहे. ते तप आहे. अपत्याला किमान 'रोटी, कपडा, मकान' द्यायला पालक जबाबदार आहेत, हे निर्बुद्ध समाजाला पटवणारं सरकार स्वातंत्र्य मिळाल्यापासून देशाला लाभलंच नाही. आपण जसे उघड्यावर, रस्त्यावर झोपतो तशी आपली असंख्य पोरं झोपतील, असा विचार करू धजणाऱ्या समाजात, राष्ट्रात विचारांचं पीक कसं उगवणार?

धृतराष्ट्र जरी आंधळा होता, तरी त्याच्या प्रजेला डोळे होते. इथं कोट्यवधी धृतराष्ट्रांवर राज्य करायचं आहे, म्हणजे किती डोळस राज्यकर्ता हवा, हे सांगायला हवं का?

जन्मांध परवडला.

सत्तांध पेलणं अशक्य आहे.

सत्तेतच हिंसा लपलेली आहे.

हिंसा आणि ममत्व दोन्ही आंधळी!

समोरच्या माणसाची पात्रता नसताना जान कुर्बान करणाऱ्या व्यक्तीची सत्यघटना मी सांगितली. ह्यापेक्षा जास्त जीवघेणी अवस्था काही माणसांच्या वाट्याला येते. त्यांच्या मनातलं प्रेम आणि वात्सल्य किती पराकोटीचं आहे, हे न समजणारा परिवार अशा दुर्दैवी माणसांच्या वाट्याला येतो. त्या परिवारानं अशा माणसांची केलेली ही हिंसाच आहे; आणि अंधळ्या हिंसाचाराचे बळी रोज आपण वर्तमानपत्रात वाचतोच. भूकंप होवो किंवा सहलीला निघालेल्या बत्तीस चिमण्यांची बस रेल्वेवर आदळून हजारो मनं बेचिराख होवोत. चाळीस-चाळीस लाख खर्च करून स्वत:चा वाढदिवस साजरा करणारा मुख्यमंत्री महाराष्ट्राच्या ललाटी असतो. हे हिंसेचंच द्योतक नाही काय?

अर्जुन विचारी आहे. विचारी मनच संभ्रमात पडतं. त्याच्या मनातली अहिंसा म्हणजे संभ्रम.

मी विसाव्या शतकातला अर्जुनच आहे. आजपर्यंतच्या लेखनातून प्रकट झालेले विचार माझे कुठे आहेत? ती निर्मिती आहे. ती घडली. जे. कृष्णमूर्तींच्या भाषेत 'IT IS A HAPPENING' म्हणूनच चोवीस तासांपैकी मी किती तास संभ्रमात असतो, हे कुणाला कळणार नाही. तरीही लेखन कसं झालं, हे कोडं मला सुटलेलं नसताना इतरांना कसं सुटणार?

वेदच अपौरुषेय असतात, असं नाही. ॲटमचा शोधही अपौरुषेय म्हणायला हवा. आपण सगळेच थोड्याफार प्रमाणात संभ्रमातच वावरतो. माझ्या आत्तापर्यंतच्या आयुष्यात मी 'आहार, निद्रा, भय, मैथुन' अशा चार-चाकी विश्वात रममाण झालेली

कैक माणसं पाहिली; सुखी जमात! दुसऱ्याचं मन जाणून घेण्याची बुद्धी नाही आणि स्वत:ला मनच नाही. हेवा करावा असं त्यांचं जगणं!
हे तर काहीच नाही. ही अशी माणसं रोज जेवतानाही केलेले पदार्थ सगळ्यांना पुरताहेत की नाही, हे बघत नाहीत. स्वत:चं जेवण झालं की, पत्नीचे शेवटचे दोन घास होईतो थांबावं, एवढीही माणुसकी त्यांच्यात नसते. आपल्या साथीदाराला ही माणसं वस्तूसारखी वापरतात.

अकरा

जित्याजागत्या माणसाला, खरंतर चैतन्याला वस्तूसारखं मानणं ह्याइतकी हिंसाच नव्हे. समोरच्या माणसात चैतन्य मानावं. माणूसच का; पशु-पक्षी, फुलझाडं किंवा अस्तित्वानं जे जे जाणवतं, ते सगळं चैतन्यच! एवढा विराट विचार आपल्याला कधीतरी शिवतो का?
आपल्या मनात मोठे प्रश्न निर्माणच होत नाहीत.
विश्वाचा कारभार कोण चालवतो? हे आयुष्य कशासाठी? आत्मा, परमात्मा, गुरू, परलोक, पुनर्जन्म म्हणजे नेमकं काय? ह्या स्वरूपाचे प्रश्न सबंध दिवसात एकदातरी आपल्याला पडतात का? आपल्या मनातला संभ्रम प्रथम वारंवार आणि कायम आपल्या गळ्यात पडलेले नातेवाईक आणि जीव टाकून प्रेम केलेले मित्र असे का वागतात, ह्याभोवतीच फिरत असतो. त्याशिवाय माय-बाप सरकारच्या कृपेनं होणारी महागाई, जीवनावश्यक गोष्टींची टंचाई, शाळा-कॉलेजात प्रवेश मिळवताना होणारी दमछाक, दिवसेंदिवस बकाल होत जाणारा समाज, उर्मट रिक्षा-टॅक्सीवाले ह्या गोष्टींची भर आहेच.
ह्या पार्श्वभूमीवर अपरिहार्यपणे आपण इतके कमकुवत होत आहोत की, अनेक कार्यांचा प्रारंभ आपण शंकाकुल, साशंक मन:स्थितीत करतो. म्हणूनच आपल्याला यश चुटपुटतं भेटतं. मनाचा एक हिस्सा पळवाट शोधतोय, तर दुसरा भाग यशाची चोरवाट धुंडाळतोय!
कोणतंही काम करताना एखादी गोष्ट प्राप्त करून घेण्यात प्रत्येक व्यक्तीची 'विल पॉवर' वेगवेगळी असते. त्या सीमारेषेपर्यंत तिचे प्रयत्न चालतात, पण ठरलेल्या अवधीत त्याच प्रमाणात अपेक्षापूर्ती झाली नाही, तर त्या वेळेला 'जाऊ दे, खूप झालं, शेवटी हाती काय लागणार आहे?' हाही विचार किती वेळा मनात येतो, हे प्रत्येकानं आठवावं.

अर्जुनापेक्षा विजयाची खात्री दुर्योधनाला जास्त होती. कारण तिथं विचारच नव्हता. खड्ड्यात जायची पाळी आली, तरी तो सर्व तयारीसकट खड्ड्यात जाणार होता. अंधारात उडी घ्यायला तो तयार होता.

अंधारात उडी घेणारी माणसं दोनच प्रकारांत मोडतात. पहिला जन्मांध. कारण त्याच्याजवळ प्रकाशाचा अनुभवच नाही.

आणि दुसरा स्वयंप्रकाशित असा माणूस. जिथं जातो, तिथं अंधारच उरत नाही. जन्मांध व्यक्ती सावध असते. डोळस माणसापेक्षा जागरूक असते. तिची इतर इंद्रियं जास्त संवेदनशील असतात.

अहंकारानं आलेलं अंधळेपण वेगळं. अर्जुन दुर्योधनाच्या त्या भूमिकेत गेला असता, तर सरळ मैदानात उतरला असता. कृष्णाच्या निर्विकार अवस्थेत गेला असता, तर 'आप्तेष्टांशी युद्ध? कसं?' ह्या संभ्रमातून मुक्त झाला असता.

माणूस खरंच संभ्रमातून मुक्त होतो का? जो विचारवंत आहे, त्यालाच संभ्रमाचा शाप आहे. भारतात आज अजूनही सत्तर टक्के लोक निरक्षर आहेत म्हणून निवडणुकीत मत कुणाला द्यायचं, ह्या संभ्रमातून ते मुक्त आहेत. त्यांची झोपडी वाचवली, म्हणजे तो नेता स्मगलर्सशी संबंध ठेवतो का? त्याच्या घरात परवान्याशिवाय शस्त्रास्त्रं सापडली का? ह्यावर मतदार विचार करीत नाहीत. हा प्रश्न फक्त विचारवंतांना पडतो. गावांची नावं बदलायची. बोरीबंदरला 'शिवाजी महाराज टर्मिनस' म्हणायचं. छत्रपतींची शिस्त, वेळेचं भान रेल्वेला पेलणार आहे का? हे विचार कुणाला छळतात? आजही तुम्ही-आम्ही पंचवीस माणसांचे सल्ले घेतो. पत्रिका दाखवतो. प्रश्नकुंडल्या मांडायला लावतो. जेवढे सल्ले घेतो, तेवढी संभ्रमांची संख्या वाढत जाते. तरी माणसाचं समाधान होत नाही. 'फुल-प्रूफ' असं काही सापडत नाही.

रणांगणावर अर्जुन फक्त कृष्णाशीच बोलतोय. कृष्ण वारंवार तेच तेच सांगतोय. तरी संभ्रम आहेच.

काय चूक आहे त्यात?

माझ्याच घरात चोऱ्या झाल्या; दोन वेळा. एक व्यक्ती नात्यातली. दुसऱ्या व्यक्तीला मुलाच्या ठिकाणी मानलं. सगळ्या पातळ्यांवर त्याला मदत केली. माझ्या शब्दाखातर सुधीर निरगुडकरांसारख्या देवमाणसानं एक रकमेनं हजारो रुपयांची घरपोच मदत केली.

ह्याच माणसांनी डल्ला मारला, ह्याची शंभर टक्के संभावना असूनही आरोप करावा की करू नये, हा संभ्रम सोडवता आला नाही. त्यांच्या उर्वरित आयुष्याचं काय होईल? समाज आणि संसारातल्या त्यांच्या प्रतिमेचं काय ह्या विचारापायी मेंदूचं वारूळ झालं.

मग समोर जमलेल्या माणसांचं आयुष्यच संपवायची वेळ आल्यावर अर्जुनाचं काय झालं असावं?

आज वाटतं, कौरव, पांडव, महाभारत, कृष्ण, युद्ध झालं असेल किंवा नसेलही. भगवद्‌गीतेसहित प्रत्येक घटना ही व्यासांची प्रतिभा मानली, तर आकाशातल्या नक्षत्रांनीसुद्धा झुकावं. महत्त्वाची बाब वेगळीच आहे. कॉम्प्युटरचा जमाना सुरू झाला असला, तरीही षड्‌रिपूंनी घेरलेला माणूस बदलला आहे का? पंधरा ऑगस्ट-सव्वीस जानेवारीला आकाशात कबुतरं सोडण्याचा उद्योगही जारी आहे आणि भ्रष्टाचार, व्यभिचार, सेक्स स्कॅण्डल, हिंसाचार, सत्तेसाठी पक्ष बदलणं, टोळीयुद्ध हेही कमी नाही. उलट सगळं वाढत्या प्रमाणात आहे. महाभारत काल्पनिक मानलं, तरी आता महाभारतापेक्षा वेगळं काय चाललं आहे? म्हणूनच व्यासांची प्रतिभानिर्मिती साक्षात प्रतिभाच नाही, तर त्रिकालाबाधित सत्य आहे.

अर्जुन तुमच्या-आमच्या सगळ्यांचं प्रतीक आहे. 'तणाव' ह्याचंच दुसरं नाव 'अर्जुन'.

नीत्शेचं प्रसिद्ध वचन आहे, ते हेच.

अर्जुन हा एक तणाव आहे. तो दुर्योधन झाला, तर सौख्य मिळेल. कृष्ण झाला, तर परमशांती मिळेल. पण माणूस पशू होत नाही आणि त्याला 'परमात्मा' होणं झेपत नाही. नीत्शे पुढे म्हणतो, माणूस म्हणजे सेतू आहे. दोन किनारे जोडणारा सेतू. पशू आणि परमात्मा ह्यांना जोडणारा एक तणाव. म्हणूनच तो कधीकधी पशू होतो. तसं नसतं, तर मद्यपानाचा समाजावर एवढा पगडा का? विषारी दारूचे, स्पिरिटचे बळी कमी आहेत का?

कोणतीही दुर्घटना असो. भोपाळ वायू-गळतीचे बळी असोत, महापुरात उद्ध्वस्त झालेले अभागी असोत किंवा भूकंपात, रेल्वे-अपघातात, कोसळणाऱ्या इमारतीखाली गाडलेले जीव असोत; चौकशी समिती नेमली की, राज्यकर्त्यांचं काम संपलं! निवडणुका जवळ आल्या की, अहवाल गुंडाळून ठेवण्याचा नफ्फडपणाही आहेच.

धृतराष्ट्रच राज्य करतोय. त्या काळात एकच धृतराष्ट्र होता. आज सगळी लोकसभा डोळे असलेल्या मतदारांनी म्हणजे केवळ चर्मचक्षू असलेल्या मतदारांनी निवडून दिलेल्या धृतराष्ट्रांनीच भरली आहे. हेच सगळे धृतराष्ट्र आपल्या नातेवाइकांना नोकऱ्या देतात, जमिनी देतात, दारूविक्रीचे परवानेही देतात. दारूच्या दुष्परिणामांची

पोस्टर्स छापायची आणि वर्षातून एकदा दारूबंदी सप्ताह पाळला की, झालं. एकदा गंगेत डुबकी मारून आलं की, नवीन पातकांसाठी 'स्विस' बँकेत खातं उघडायला सगळे मोकळे!

धृतराष्ट्रानं भर दरबारात द्यूत खेळायची परवानगी देणं काय आणि सुप्रीम कोर्टानं रेस खेळणं ही एक कला आहे म्हणणं काय, सगळं सारखंच!

माणसं रेस का खेळतात? दारू का पितात?

दारू प्यायली म्हणजे पशू होण्याची सुविधा उपलब्ध होते. पशू पागल होत नाहीत. ह्याला अपवाद कुत्र्यांचा. माणसांच्या सहवासात राहून दुसरं काय होणार? पशूंच्या बाबतीत तिथं विचारच नाहीत म्हणून नैराश्य नाही. नैराश्य नाही म्हणून आत्महत्या नाहीत. विचार-तणावातून काही काळ सुटका, हे अगणित माणसांचं दारू पिण्याचं कारण! जनावरं कधी 'बोअर' होत नाहीत. म्हैस मरेपर्यंत कडबा खाते. 'जरा मेनू बदला की' असं म्हणते का? सर्कसमधली जनावरं पिसाळतात. तिथंही माणसांचा सहवास आलाच ना? दारूच्या आधारानं माणूस पशू होण्याचा प्रयत्न करतो. तणाव विसरण्यासाठी. दुसरा मार्ग समागमसुखाचा!

हा मार्ग तेवढा स्वायत्त नाही. इथं दुसऱ्या व्यक्तीची साथ महत्त्वाची. विचार जुळले पाहिजेत किंवा भावनात्मक तादात्म्य हवं, अशा जास्तीच्या मागण्या असतील, तर संपलं! तशा व्यक्तीचा शोध घेणं हा जास्तीचा तणाव. सरळ सरळ वेश्यागमन करणारे वेगळे असतात. निसर्गाची तेवढीच गरज भागवायची, हा रोखठोक मामला झाला. तिथं मग समाजाचीही धास्ती नाही. 'समाज गेला जहन्नममध्ये' असं जे मानतात, त्यांच्या वासनाकांडाच्या बातम्या वर्तमानपत्रात अधूनमधून झळकतातच. हे उपद्व्याप करणारे पशुत्वापर्यंत पोहोचलेच आहेत. मूळ विषय वेगळाच आहे. तणाव, काही काळ का होईना, पण तो विसरण्याची सुविधा समागमात आहे इतकं नक्की!

तणाव विसरण्याची जास्तीतजास्त गरज कुणाला? जो सर्वांत विचारवंत समजला जातो, त्यालाच प्रथम उबग येतो. बुद्धिवान माणूस भ्रमिष्ट होण्याची शक्यता जास्त. आत्मघात करण्याची वारंवार इच्छा होते, तीही विचारवंतांनाच. विचारवंतांच्या आत्महत्येमागची कारणपरंपरा काय असेल?

मला असं वाटतं, विचारवंत रोज वेगवेगळी वैचारिक उंची गाठत जातो. त्याची ही उंची जशी वाढत जाते, तशा त्याच्या पूर्णत्वाच्या संकल्पनाही जास्त तीव्र होत जातात. समाजाकडून, परिवाराकडून त्याच्या अपेक्षा वाढतात. आहे हे आयुष्य आणखीन चांगलं, आणखीन सोपं, विलक्षण समृद्ध करता येईल, ह्याचं त्याला आकलन होत जातं. आपल्या जाणिवांच्या पातळीवर येऊन परिवारानंही विहार करावा, जीवनाचा आस्वाद घ्यावा, असं त्याला वाटतं. तसं घडत नाही. इतरांच्या PRIORITIES वेगळ्या असतात; खूप व्यावहारिक पातळीवरच्या; पण त्यांच्या

वयानुसार रास्त असतात. ह्याच मार्गानं तो एकटा पडत जातो. परिवाराच्या दृष्टिकोनातून तो कधीच मेलेला असतो. मरण म्हणजे तिरडीवरून नेऊन स्मशानात जाळणं, तेरावं करून मोकळं होणं, असं नाही. ती एक कृती झाली.

तुमच्या आक्रोशाची नोंद न घेतली जाणं हे मरण. अशी किती प्रेतं किती परिवारात एका बाजूला पडून असतील, ते प्रत्येकानं पाहावं. त्या मरणाचा प्रत्यय PERFECTIONISTला आला म्हणजे आपल्या सदेह अस्तित्वाचं ओझंही परिवारावर टाकू नये, असं वाटून विचारवंत जीव देत असावेत.

बारा

जी बाब विचारवंतांची, तीच गोष्ट अतिभावनाप्रधान माणसांची. मनासारखं दान आयुष्याकडून मिळालं नाही, म्हणजे मृत्यूला कवटाळायचं. ओशोंचं आत्महत्येच्या बाबतीत एक गोंधळात टाकणारं विधान आहे. ते म्हणतात,

आत्महत्या करणारी माणसं जगण्यावरचं प्रेमच प्रकट करतात. हवं ते आयुष्य मिळत नाही, म्हणून मरायचं. एक वेगळं, मनासारखं आयुष्य मागणं हे जगण्यावरचंच प्रेम आहे.

ओशोंचं हे विरोधाभासी विधान जर मान्य केलं, तर तेच विधान महाभारताच्या संदर्भात चपखल सत्य म्हणून स्वीकारायला हवं.

मनासारखं आयुष्य हवं, म्हणून तर कुरुक्षेत्र आणि प्रचंड सेना संहारासाठी सज्ज झाली. प्रत्यक्ष कृतीच्या क्षणी पुनर्विचार करणारा एकमेव अर्जुनच! संभ्रमात पडणारा अर्जुन मला पुष्कळदा वंदनीय वाटतो. विचार रक्तपात होण्यापूर्वीच करायचा असतो. माझ्या बाबतीत रक्तपात विसराच, पण जिथं मी कडाडून परामर्श घेणं जरुरीचं ठरलं असतं, त्या शाब्दिक परामर्शाच्या पातळीवरसुद्धा खरमरीत पत्रं लिहून ती मी स्वत:पाशीच ठेवत आलो आहे. समोरच्या माणसानं त्याच्या मर्यादा पराकोटीच्या बाहेर सोडल्यानंतर किंवा इन्स्टण्ट प्रतिक्रिया म्हणून पत्र लिहून ठेवायचं आणि पंधरा दिवसांनंतरही रागाची तीव्रता तेवढीच प्रखर राहिली, तरच ते पत्र पाठवायचं, असं मी आजही करतो. म्हणूनच अर्जुनाची आणि माझी रास एकच असावी. त्याच्याप्रमाणेच मीही एक सेतू आहे.

अर्जुन दुर्योधनाच्या नीच पातळीवर जाऊ शकत नाही. कृष्ण कसं व्हायचं ते त्याला कळत नाही आणि आहे त्या स्थितीत जगवत नाही. म्हणूनच तो एक सेतू आहे.

अर्जुनाला 'सेतू' ठरवलं की, आपण सगळे मोकळे! खरंतर प्रत्येक माणूस सेतू

आहे. स्वत:च्या हिमतीवर स्वत:ला हवं तेच, हवं तसं किती जण जगू शकतात? कुठं ना कुठं प्रत्येकाची तंगडी अडकलेली आहे. शाळेत प्रवेश मिळण्यापासून यादीच करायला हवी.

एक काळ निवडणुकीचा, उरलेले सगळे दिवस आडवणुकीचे! हेच आयुष्य न थांबता पार करायचं.

फत्तेपूर सिक्रीची स्थापना केल्यावर त्या शहरात अकबरानं एक फलक लावला. 'हा सेतू पार करण्यासाठी आहे. निवासासाठी नाही.'

माणूस म्हणजे नियती नव्हे. माणूस होणं ही एक कठीण परीक्षा आहे. पशू आणि परमेश्वर ह्यांच्यातला खिळखिळा पूल म्हणजे मनुष्य-जन्म किंवा दोन्हींचा संगम म्हणजे माणूस. केव्हातरी मी हिचकॉकच्या एका चित्रपटातल्या देखाव्याचं उदाहरण दिलं होतं. एक माणूस फूटपाथवर एका बाईचा गळा दाबून खून करतो आणि पुढच्याच क्षणी एका अंधळ्याला हात झटकून रस्ता क्रॉस करायला मदत करतो. कोणता माणूस खरा?

आज गल्ल्यागल्ल्यांतून दिसणारे अनेक दादा, स्मगलर्स गुंडगिरी करतात; पण मोहोल्ल्यातल्या झोपडपट्टीवाल्यांचे ते गॉडफादर असतात. त्यांच्याविरुद्ध कोर्टात साक्ष द्यायला माणसं मिळत नाहीत. चित्रपट-व्यवसाय, बिल्डर्स ह्यांचे खरे 'रिमोट कंट्रोलर्स' परदेशात आहेत. दारिद्र्यरेषा जाहीर करणं इतकंच राज्यकर्त्यांच्या हातात आहे; त्याशिवाय आयोग नेमणं आणि रद्द करणं. दारिद्र्यरेषेखाली जगणाऱ्या माणसांना दिलासा आणि मदत करणारा मंत्री तर सोडाच, पण विचारवंत म्हणवणारा मध्यमवर्गसुद्धा धावून जात नाही. 'घायल की गत घायल जाने' ह्या वचनाप्रमाणे गुंड-लुटारू ठरलेलेच गरिबांचे कनवाळू होतात. कारण दारिद्र्याला वैतागूनच ते गुंड होतात. अशा लोकांच्या बाबतीत 'पशू आणि परमात्मा' एकाच ठिकाणी आहेत, हे तत्काळ पटतं.

गरीब झोपडपट्टीवाल्यांनापण समजलंय की, राजकीय सत्ताधारी नेते आणि निवडणुका जवळ आल्यावर पळापळ, सेवा करणारे विरोधी नेते हे आपले तारक नव्हेत. हे स्वत:च्या पोळीसाठी इतरांची घरं पेटवणारे अमानुष राक्षस आहेत.

राजकारणी माणसांची उदाहरणं कशाला हवीत? स्वत:चाच विचार करू.

आपल्याला जेव्हा क्रोध आवरत नाही, तेव्हा आपलं काय होतं? आणि आपलं आपल्यालाच जेव्हा खूप शांत, प्रसन्न वाटतं, तेव्हा ह्या साडेतीन हात शरीरातली उत्सवमूर्ती कोण असते? इतरांचं मला माहीत नाही. माझ्या बाबतीत मला भग्न मन:स्थितीत कधीच देवळात जावंसं वाटत नाही. प्रसन्नतेनं मन तुडुंब वाहू लागलं, म्हणजे त्या आनंदयात्रेत देऊळ हे जंक्शन असतं.

एकदा एका मुलाला त्याच्या आईनं प्रथमच देवळात नेलं. परत आल्यावर आईनं विचारलं,

"कसं वाटलं?"

"ख्रिस्ताची दया आली. रोज रोज रडके, कष्टी चेहरे पाहून ख्रिस्त किती बोअर झाला असेल!"

पंढरीचा विठोबाराया उगीच कमरेवर हात ठेवून उभा नाही. मदतीला धावून जायचं ठरवलं, तरी तो किती पळापळ करणार? पंढरपूरपर्यंत पायी येणाऱ्या माणसांचं प्रवासातलं वर्तन खरं मानायचं की सद्गदित होऊन पायांवर डोकं टेकवणारी माणसं खरी मानायची? की प्रत्येक क्षणीचा माणूस तेवढ्याच क्षणापुरता प्रामाणिक समजायचा?

पुन्हा मी वारकऱ्यांकडं वळलो.

स्वत:कडंच का वळायचं नाही? कारण एकच. दुसऱ्या कोणत्याही व्यक्तीसमोर आपण बिनदिक्कत उभे राहू शकतो. स्वत:ला स्वत:समोर उभं करणं अवघड, अशक्य. आपण अष्टविनायक, बारा ज्योतिर्लिंग, तिरुपतीच्या यात्राही करतो आणि बाटल्याही फोडतो. बेहोशीचीपण एक मख्खी आहे गाढ झोपेसारखीच. जाग आल्यानंतरच गाढ झोप लागल्याचं स्मरण आणि आनंद होतो. बेहोशीतला कैफ अनुभवायचा असेल, तर थोडं सावधपण आवश्यक. नशा किती चढली होती, ते शुद्ध आल्यावर कळतं आणि शुद्ध आली की, विवंचना सुरू. मग पुन्हा पिणं. सगळे अर्जुनच!

म्हणूनच कृष्णानं भविष्यकाळात जन्माला येणाऱ्या सगळ्या अर्जुनांना गीता सांगितली. म्हणूनच एकाच अर्जुनाला सांगितली असं मानलं, तर त्याच्या योग्यतेपेक्षा खूपच सांगितली, असं म्हणावं लागेल. अर्जुनानं जास्त वदवून घेतली असं मानलं, तर महाभारताच्या काळापासून एकविसाव्या शतकाकडं जाणाऱ्या ह्या विश्वाला, द्विधा मन:स्थितीत सापडणाऱ्या प्रत्येक किंवा असंख्य अर्जुनांच्या वतीनं सांगायला लावली, असं म्हणणं रास्त ठरेल.

गीतेत असं काय वेगळं सांगितलेलं आहे? असा प्रश्न विचारणाऱ्यावर अर्जुनासारखी परिस्थितीच आलेली नाही; येऊही नये. पण जी जी माणसं, 'आमच्या नशिबी नतद्रष्ट नातेवाईक आले आहेत' असं म्हणतात, त्या सगळ्यांना एके-४७ देऊन सांगितलं, 'उडव सगळ्यांना. तू मारणारा नव्हेस, ते मरणारे नव्हेत' तर तो धजावेल का?

ह्याच कारणासाठी आपल्याला गीता समजत नाही. अर्जुनाला समजायला इतका वेळ लागला, तिथं आपण कोण! तो दुर्योधन झाला असता, तर सरळ सरळ

युद्धाला प्रारंभ झाला असता. कृष्ण वारंवार त्याला परमात्म्याच्या पातळीवर आणायचा प्रयत्न करतोय.
ती पातळी म्हणजे नेमकं काय असेल, ह्याचा मी विचार करतोय. आपण संकल्प सोडला. संकल्प सोडतानाच यथासांग विचार झालेला आहे. कृती करण्याच्या क्षणापासून मी आता परत फिरणार नाही. युद्ध आवश्यक आहे, हा निर्णय अर्जुनाला आपण घेतलेला निर्णय आहे, असं वाटेल ह्या पातळीपर्यंत आणणं म्हणजेच परमात्म्याची पातळी असावी, असं मला वाटतं. मला स्वत:ला 'परमात्मा' कुठं माहीत आहे?
'होल हार्टेडली' असं जे म्हणतात, त्या वैचारिक स्तरापर्यंत अर्जुनाला नेणं.
रोजच्या व्यावहारिक, कौटुंबिक जीवनातही आपल्याला द्विधा मन:स्थितीत काहीच करता येत नाही. आत्तापर्यंत जी जी कामं आपण केली, त्या त्या वेळी मनात कोणतेही संभ्रम राहिले नव्हते, तेव्हाच ती कामं झाली. ही जी कोणती अवस्था असेल, ती अवस्था म्हणजे मनाची पूर्णावस्था समजू. 'माझा निश्चय आता पक्का झाला आहे' किंवा 'मी डिसिजन घेतला' अशा शब्दांत आपण ते प्रकट करतो. विचार-पूर्ततेची स्थिती ही जर 'पूर्णावस्था' असेल, तर पारमार्थिक परिभाषेत आपण 'परमात्म्याच्या' पातळीपर्यंत पोहोचलो, असं समजायचं. सगळ्या कामांचा ह्यात अंतर्भाव करायचं काहीच कारण नाही. 'प्लॅटफॉर्म-तिकीट काढण्यासाठी' निग्रह करावा लागत नाही. 'करू की नको करू?' ह्या चक्रव्यूहात सापडलो रे सापडलो की कृष्णाचा शोध सुरू. आपण सगळे अपूर्णच आहोत. परमात्मा म्हणजे पूर्णत्व. तोच कृष्ण. कृष्ण म्हणजे पूर्णत्वाप्रत नेणारी एक शिडी. एकेक पायरी चढेपर्यंत आपण सगळे अर्जुन. संभ्रम जेवढ्या प्रमाणात जास्त किंवा कमी, तेवढ्या प्रमाणात शिडीच्या पायऱ्या. उडी घेण्याचा क्षण म्हणजे संभ्रमसमाप्ती.
हेच कृष्णत्व. अर्जुनाचा कृष्ण होणं.
हीच परमात्म्याची पातळी.
निर्विचारी!
म्हणूनच कृष्ण अर्जुनाला असं म्हणत नाही, 'मला गुरू मानतोस ना? मग 'बकबक' करू नकोस. माझं ऐक. युद्धाला तयार हो.' माझ्या मते खरं भारतीय युद्ध अर्जुन आणि कृष्ण ह्यांच्यातच झालं. नंतर जे झालं, तो युद्धभूमीवरचा सराव होता. आपल्याला एवढ्याच गीतेशी आज कर्तव्य आहे.

तेरा

घरोघरी वडीलधारी माणसांच्या आणि लहान मुलांच्या बाबतीत हेच चालतं. सरकारी नोकरीत तर गुणवान, कामसू माणसांची जेवढी मानहानी करता येईल, तेवढी करून घ्यायची. भोवतालची परिस्थिती, माणसाचं जीवन, शास्त्रीय प्रगती हे सगळं किती झपाट्यानं बदललं आहे, इकडं मंत्री, नेते किंवा आयुक्तांचा कळप ह्यांचं लक्षच नाही. पिवळ्या कागदावरच्या छापलेल्या शब्दाला जास्त किंमत! 'मी सांगतो तसं कर. स्वत:ची अक्कल वापरू नकोस.' ही घरोघरची भाषा आणि नोकरीत AS PER CIRCULAR, DATED 24/2/1945... असं पन्नास वर्षांपूर्वीचं पत्रक समोर ठेवायचं. ह्या प्रकारची नियमावली राखून ठेवायची, ती केवळ लायक माणसांची गळचेपी करायची, एवढ्याचसाठी.

हत्या करण्यासाठी कागदी बाणही चालतो. नव्हे, तोच जास्त विषारी असतो; वाग्बाणासारखा! धनुष्यावरचा बाण चिरनिद्रा देऊन तुम्हांला मुक्त करतो. वाग्बाण निद्रा घालवतो आणि तुमच्या स्मृती जितकी वर्षं टवटवीत राहतील, तितकी वर्षं तुमची हत्या करीत राहतो. माणूस जेवढा जवळचा, तेवढा त्याचा बाण जास्त जहरी!

आणि जवळचे म्हणजे नक्की कोण?

आई, बाप, भाऊ, बहीण आणि आपली संतती. पती आणि पत्नी हे संसाराचे मुळारंभ आहेत. हे परिवाराचे पायाचे दगड. हा पाया कितपत भक्कम समजायचा? ह्यावरची इमारत डौलात उभी राहील की कोसळेल? पूर्वीचा जमाना 'पतीला परमेश्वर' मानणारा गेला. तो आदर्श होता की नव्हता, हा वेगळा वादाचा विषय होईल. 'पती परमेश्वरासारखा' वाटायला लावण्याची जबाबदारी पुरुषावरच आहे. दिव्यत्व नको, ममत्वाची प्रचिती आली की स्त्रिया झुकतातच. मुळातच त्यांच्या रक्तात अर्पणभाव, समर्पण जास्त असतं. त्या समर्पणभावाला संसारात वाव न मिळणं ही मोठी शोकांतिका!

म्हणूनच पुन्हा एकेकट्या माणसाचाच विचार करावा लागतो. FAMILY, RELATION, COUNTRY, SOCIETY, NATION, RELIGION हे सगळे CONCEPTS.

INDIVIDUAL IS A REALITY.

'पोटचा मुलगा किंवा रक्तामांसाची मुलगी' हे गौरवानं सांगितलं जातं; सांगावंही. पण किती काळ?

स्वत:च्या पसंतीच्या जीवनसाथीसाठी मुलानं किंवा मुलीनं पळून जाऊन लग्न केलं, तर?

'तो किंवा ती आजपासून आम्हांला मेली आणि आम्ही तिला.' हे ऐकायला मिळतंच ना?

मुलगा मॅट्रिकला पहिला आला, तर बापाची कॉलर ताठ; कष्ट केले मुलानं. बापाची अक्कल वापरली असती, तर गचकलाही असता. तेव्हा बाप असं म्हणणार नाही, 'माझा मुलगा म्हटल्यावर पास कसा होईल?' म्हणूनच 'नातं' हाही एक कन्सेप्टच!

नाळ तोडल्यावर मूल जेव्हा प्रथम स्वतःचा श्वास घेतं, त्याच क्षणी ते समाजाचा घटक झालं. 'मी सांगतो तसं कर.' हे विधान आयुष्यात फार काळ चालत नाही. मुलं पालकांवर जोपर्यंत अवलंबून असतात, तोपर्यंतच हे वाक्य हुकमत गाजवतं; पण त्याच वेळी मुलांच्या मनांत 'स्वतःला जे हवंय' ते कधी करायचं, ह्याचा हिशेब चालू असतो. सगळं बालपण चैनीत आणि लाडात गेलेलं असलं, तरीसुद्धा 'आमच्या मनावर काय काय परिणाम झालेत, ते आम्हांलाच माहीत आहे.' असं दुसऱ्यांना सांगणारी मुलं मला माहीत आहेत. अशा मुलांचं बालपण मी स्वतः पाहिलेलं आहे. माझे मित्र ग. वा. बेहेरेही त्या परिवाराला ओळखत होते. माझ्यासमोर एकदा ते त्या मुलाच्या आई-वडलांसमोर म्हणाले होते,

"श्रीकांत, साजूक शिऱ्यातल्या बेदाण्यासारखं तुला वाढवलं जातं आहे.''

आज श्रीकांत जेव्हा बालपणातल्या तक्रारी, बापाविरुद्ध विधानं करतो, तेव्हा मी त्याला सांगतो,

"अश्रुधुराची नळकांडी फोडू नकोस. त्यात सगळेच भरडले जातात. त्यातही प्रामुख्यानं सामान्य. गुंडांना बचाव कसा करून घ्यायचा, ते कळतं. ज्याला मारायचं आहे त्यालाच टिपून गोळी मारावी. तू मला घटना सांग. उदाहरणांनी पटव. 'तुझ्यावर अन्याय झाला' हे ऐकणाऱ्याला वाटलं पाहिजे.''

"शंभर घटना सांगू शकेन.''

"शंभर नकोत. एकच सांग, पण ती घटना सांगण्यापूर्वी माझ्या काही शंका आहेत. त्या ऐक. त्याची यादी कर आणि त्याची उत्तरं स्वतःला दे. मला नकोत. आपण दोन वेगवेगळी माणसं आहोत. म्हणजे भिन्न आहोत. मतभेद संभवतात. तरीही काही प्रातिनिधिक समस्या असतात. त्यांतल्या वेदना न सांगता समजतात. तेव्हा मी सांगतो, तशी यादी....''

"घटना घडून गेल्या. आठवणी आहेत. आता यादी कशासाठी?''

"तू आता काही दिवसांतच बाप होणार आहेस. तुझ्या मुलांनी तुझ्याबद्दल हे असंच काही बोलू नये म्हणून.'' श्रीकांत इथं विचारात पडला.

"यादी सांगा.''

"आपला बाप प्रेमळ आहे की तुसडा? परिवारात गुंतलेला आहे की स्वतःपुरतं

पाहणारा आहे? तुमच्यावर अन्याय नेमका कोणत्या प्रकारचा झाला? मुळात तो अन्याय होता का? तुझ्या मते तो अन्याय आहे, हे मानूनही बापाचा स्वभाव त्याला कारणीभूत होता की परिस्थिती प्रतिकूल होती? बापानं घेतलेल्या काही निर्णयांमागे मुलाला उपद्रव देणं हा हेतू होता, असं ठामपणे किती बाबतींत म्हणता येईल? तुमच्या स्वत:च्या मागण्या वाजवी होत्या की अवाजवी? आर्थिक मर्यादा किंवा सामर्थ्य ह्याची तुम्हां मुलांना कल्पना होती? थोडक्यात सांगायचं झालं, तर असं सांगता येईल मुंबईहून स्वत:ची गाडी घेऊन पुण्याला पोहोचल्यावर रस्ता किती टक्के अप्रतिम आणि किती ठिकाणी थोडा-थोडा खराब होता, हे आपण इतरांना सांगतो. त्याप्रमाणे आयुष्याच्या वाटचालीचा ग्राफ काढ. आनंदाचे क्षण जास्त आहेत की यातनांचे?''

श्रीकांत विचारात पडला होता. आणखीन एक वळसा द्यायचा, म्हणून मी विचारलं,

''पात्रता हा शब्द मी वापरणार नाही. नशीब चांगलं, म्हणून किती सुखं न मागता मिळाली, ह्याचा जमाखर्चही डोक्यात असू दे.''

श्रीकांतनं फटकन विचारलं,

''तुम्ही नशीब, दैव, प्रारब्ध मानता?''

''मानायला लागलो. पक्षाच्या पाठिंब्यावर निधर्मी राज्यात मागासलेली व्यक्ती जेव्हा महापौर होते, तेव्हा दुसरं काय म्हणायचं? दैवायत्ते कुले जन्म, मदायत्तं तु पौरुषम्।' असं म्हणणारा सूर्यपुत्र एकच. पात्र आणि अपात्र, शिक्षित-अशिक्षित, ज्ञानी-अज्ञानी ह्याच खऱ्या दोन जाती. सत्तेचाळीस वर्षांत दुसरी जात उरावीच का?''

ती उरली नाही. जोपासली गेली आहे. 'लोकशाही' शब्दाच्या सोयीसाठी. आपला वचक राहावा ह्यासाठी. नोकरीत, धंद्यात, राजकारणात सर्वत्र एकच सुप्त वा प्रकट नारा : 'मी सांगतो तसं कर.'

दगडाखाली जोपर्यंत हात आहे, तोपर्यंतच माणसं सरळ असतात आणि स्वातंत्र्य मिळाल्यापासून सगळा देशच दगडाखाली आहे.

'माणूस बिघडला' ह्याचा थोडक्यात अर्थ तो 'मी म्हणतो तसं वागत नाही' हाच आहे. दूरदर्शननं तर समाजाच्या चिंध्या केल्या आहेत. वासनांना आवाहन करण्यापलीकडं चित्रपट काय करीत आहेत? कॉलेजमध्ये रॅगिंग का चालतं? अशा सडलेल्या वातावरणातल्या मुलांचं बालपण आणि तरुणांच्या समस्या फार वेगळ्या आहेत. अजून परीक्षेचे पेपर फुटतात. क्रमिक पुस्तकं वेळेवर मिळत नाहीत. कोवळ्या वयातल्या मुलांच्या पाठीवर क्रमिक अभ्यासक्रमांची गोणी पाहिली, तर त्यांच्या तारुण्यात त्यांना हमखास 'स्पॉण्डिलायटिस' व्हायला हवा. ते सोकॉल्ड ज्ञान पाठीचा कणा मोडतं. काय बिशाद ते मेंदूपर्यंत जाईल! डिग्री मिळवूनही तरुणांना आत्मविश्वास येत नाही, ह्याचा अर्थच हा, की

ज्ञानवृक्षांची पेरणी होत नाही; झालेली नाही. सगळी बांडगुळं आहेत. जीवनावश्यक वस्तू परवडण्यापल्याड आहेत. सचिवालयासमोर धान्याचे दर किती, हा फक्त फलक आहे. वाण्याच्या दुकानात फक्त वाण्याचीच डाळ शिजते. सचिवालयात कुणाची शिजते, माहीत नाही. घरोघरी पती-पत्नी नोकरीसाठी 'लोकल गाडी' पकडण्यासाठी जेवढा जीव टाकतात, तेवढा पोटच्या मुलांसाठीही टाकू शकत नाहीत. आई-बाप व्हायला वेळ लागत नाही; आणि झोपडपट्टीत तर वेळ घालवतही नाहीत. पालक होणं अवघड. जीव जन्माला घालणं सोपं; त्या 'जिवाचं' जीवन घडवणं अशक्य.

चौदा

आज कृष्णाची भूमिका पेलण्याचं सामर्थ्य किती माता-पित्यांपाशी आहे? विशेषत: अभ्यास घेताना? मुलाच्या अंगाला हात न लावता अभ्यास घेणारे किती पालक असतील? जो अभ्यासक्रम नेमला आहे, त्याला काय दर्जा आहे, हे पाहण्याची गरज नाही. राज्यकर्त्यांपैकीच अनेक जण जेमतेम शिकलेले आहेत, तिथं शिक्षणखातं तरी काय करणार? नेमून दिलेली पुस्तकंच जिथं वेळेवर मिळत नाहीत, तिथं धृतराष्ट्रांची संख्या कशी मोजायची?

स्वातंत्र्य मिळून अठ्ठेचाळीस वर्षं झाली. अजून अंगठेबहाद्दर राहिले कसे? जे राहिले आहेत, त्यांना भाग्यवान म्हणावंसं वाटतं. मणामणाची पुस्तकं पाठीवर घेऊन शाळेत जाणाऱ्या मुलांपेक्षा, रस्त्यावरचा लिंबं विकणारा त्याच वयाचा मुलगा जास्त भाग्यवान नाही का?

हाच मुलगा वीस वर्षांनी स्वत:चं दुकान काढील. ते दुकान 'अनऑथराइज्ड' असेल, तर कोणत्यातरी निवडणुकीपर्यंत ते 'ऑथराइज्ड' होईल. त्याच्याच वयाचा बी.कॉम झालेला मुलगा नोकरीसाठी वणवण फिरत राहील.

अगदी ह्या क्षणी श्रीकृष्णानं अवतार घेतला, तर पांडव कोण आणि कौरव कोण, हे ठरवण्यातच त्याचा अवतार संपेल. महाभारताच्या काळात दोनच झेंडे होते आणि असं असूनही एकलव्याचा अंगठा कापून घेणारे द्रोणाचार्यही होते. तोच अंगठा कलियुगात देशावर राज्य करणार आहे, हे द्रोणाचार्यांच्या ध्यानीमनी नव्हतं. विचारवंत म्हणवणाऱ्यांना नव्वद टक्के मार्क मिळवून दाखवण्याशिवाय पर्यायच उरलेला नाही. सध्याची लोकसंख्या किती? हा प्रश्न विचारायचा नाही. त्यात शाळा-कॉलेजमध्ये जाणारे किती? उपजत बुद्धिवान किती? शिकवणी ठेवण्याची

ऐपत असलेले किती? शहरांतले किती? खेड्यांतले किती? मुलांचा जातीनं अभ्यास करवून घेणारे किती? तेही मारहाण न करता शिकवणारे किती? सात ते आठ वर्षं वयाच्या ज्या मुलाला आत्तापर्यंत जो विषय माहीतच नाही, त्या विषयाबद्दल प्रेम कसं निर्माण होईल? मुलाच्या मनात अभ्यासाची गोडी निर्माण करणं हे प्राथमिक कार्य आहे. एखादा तेलावर चालणारा जनरेटर सुरू करताना त्याला हातानं म्हणजे मेकॅनिकली गती द्यावी लागते. नंतर तो जनरेटर तेलाच्या इंधनावर स्वत:च गतिमान होतो. त्याप्रमाणे गोडी निर्माण करणं हे महत्त्वाचं कार्य. ते कसब किती पालकांजवळ आहे? ते आपल्याजवळ नाही, हे किती पालकांना समजलंय?

संगोपन ही साधी बाब नाही. ती एक Continuous Process आहे. 'स्त्री ही क्षणाची पत्नी आणि अनंत काळची माता आहे' हे आचार्य अत्रे ह्यांचं गाजलेलं विधान. त्याचप्रमाणे 'समागम' ही क्षणाची नैसर्गिक गरज, तर 'संगोपन' हे अनंत काळचं 'नैतिक कर्तव्य' आहे. मुलानं एकच शंका वारंवार विचारली, तर 'एवढी कशी अक्कल नाही?' असा बेअक्कल प्रश्न विचारून आई-बाप हात उगारतात. मार देऊन विषय समजला असता, तर मुलाला बडवण्यासाठी पगारी नोकर ठेवून भागलं असतं. जितके टक्के मार्क हवेत तेवढी पिटाई करायची. नव्वद टक्क्यांच्या वर मार्क मिळवण्यासाठी अनुकूल वातावरण, मुलांना जास्तीतजास्त आपला सहवास देणं किती घरात शक्य आहे? मुलाचा संदेह संपेपर्यंत शांतपणे उत्तरं देणारे आई-बाप किती आहेत?

म्हणूनच मार चुकवण्यासाठी मुलं विषय समजल्याचं नाटक करतात आणि परीक्षा हे त्यांचं कुरुक्षेत्र होतं.

आपल्या मुलाला जन्मत:च नैसर्गिकरीत्या लाभलेली कुवत किती आहे, हे किती पालकांनी जाणून घेतलंय? प्रत्येक मुलाची क्षमता वेगवेगळी; पण अभ्यासक्रम सरसकट सगळ्यांना एकच! औरंगजेब कसा होता, हे आत्ता विसाव्या शतकात कशाला जाणून घ्यायचं?

आपण स्वत: कसे आहोत, ह्याचा अभ्यास का नाही करायचा?

खरंतर आपण कसे आहोत, हे ज्याचा तोच शंभर टक्के जाणून असतो. समोरच्या माणसाला जवळ कधी करायचं, जोडायचं-तोडायचं कधी, हे हिशेब चालू असतात. स्वत:चे आई-बापही ह्याच हिशेबात बसतात. स्वत:पेक्षा दुसऱ्याला ओळखून घेण्याचा खटाटोप प्रेमापोटी नसून पुष्कळ वेळेला त्याचा उपयोग किंवा वापर कसा करून घेता येईल ह्यासाठी असतो. त्याचे 'विक पॉइंट्स' समजले की, आपण त्याचे मालक झालो. विजेचा शोध लागला. बस! मामला खतम. बटन दाबलं की, बिचारी मिक्सर चालवते, पंखे फिरवते, वॉशिंग मशिनला चालना देऊन कपडे धुते; टेपरेकॉर्डर, टीव्हीवर मनोरंजन करते; पाणी तापवते. टीव्हीवर रोज कितीही

फडतूस कार्यक्रम असोत, विजेप्रमाणे स्थितप्रज्ञ काहीही नाही. ज्ञान प्राप्त झालं की, हे एवढं चैतन्य दोन बारीक तारात राहून तुमचं गुलाम व्हायला तत्पर! माणसांना आणि यंत्रांना गुलाम केल्याशिवाय त्यांच्या गुणवत्तेचा उपयोग करून घेणं अशक्य!

शुद्ध स्वरूपातला आपला वावर हे देवत्व आणि वर सांगितल्याप्रमाणे वर्तन हे पशुत्व! म्हणून माणूसच पशू होतो किंवा देव.

अर्जुन वारंवार शब्दावली बदलून तेच तेच विचारतोय आणि कृष्ण शांतपणे उत्तर देतोय.

आपल्या मुलाला 'दात घासण्याची' रोज आठवण करून द्यावी लागते. ओरडावं लागतं. उपाशी ठेवण्याचा धाक दाखवावा लागतो. त्याऐवजी 'चला, आपण सगळे जण मिळून एकदम दात घासू या' असा प्रयोग ज्या परिवारात केला जात असेल, त्या परिवाराला माझे दंडवत! पण हुकुमशाही, दहशत आणि लहान मुलांचं परावलंबित्व एवढं भांडवल हातांशी असताना 'समर्पणाची इन्व्हेस्टमेंट' करतो कोण? संसार म्हटलं की हे अटळ आहे. तिथं चिंता, गोंधळ आहे, जिज्ञासा आहे आणि म्हणूनच ह्याच अवस्थेत 'धर्माचा' उदय होतो. ज्यांना कशाचीही पर्वा नाही, इतरांच्या भावनांची जाणीव नाही, काबाडकष्टांची नोंद नाही, अशा निद्रिस्त माणसाच्या आयुष्यात धर्माचा उगम अशक्य!

आत्मा, परमात्मा, देव, दैव, प्रारब्ध, प्राक्तन ह्या सगळ्या संकल्पनांबाबत जसा माझ्या मनात संभ्रम आहे, तसाच 'धर्म' ह्या धारणेबद्दल. खरोखर धर्म म्हणजे नेमकं काय? निधर्मी ह्याचा अर्थ मी तातडीनं सांगू शकेन. निधर्मी म्हणजे ढोंग. भारताची राजनीती. पण धर्म म्हणजे काय? विस्तवात जाणिवेनं किंवा अजाणतेपणी हात घाला, भाजणारच. वारा वाहणारच. समुद्र म्हणताक्षणी भरती आणि ओहोटी ह्यांतून सुटका नाही. सुगंधी फुलं सुगंध पसरू द्यायचा नाही, असं म्हणणारच नाहीत. धर्माचं नातं माणसांपेक्षाही निसर्गाशीच जास्त आहे.

माणसांकडे फक्त रूढी आहेत; त्याही समाजाच्या विकासाऐवजी विध्वंसासाठी जास्त आहेत. बुद्ध, जैन, मुसलमान, ब्राह्मण, मराठा सगळी थोतांडं आहेत. एक जीव जेव्हा जन्माला येतो, तेव्हा त्याला त्याचा धर्म माहीत असतो का? त्याला फक्त भूक समजते. झोप आली की ते झोपतं. मॉडर्न अमेरिकन डायपर्स वापरले, तरीही निसर्गधर्म ते कापडातच करतं. घेणाऱ्याचे कपडे खराब होत नाहीत, इतकंच. व्यवहारातले बारा ते अठरा तास जात जास्त वापरली जाते का? तसं असतं तर बस कंडक्टरसुद्धा बोटं नाचवीत म्हणाला असता,

'एक ब्राह्मण, आठ दलित आणि पाच मुसलमानांकरिता सीट्स आहेत.'

आजचा खरा धर्म 'पद', 'पैसा' आणि 'प्रतिष्ठा' ह्या तीन शब्दांतच टिकलाय. प्रतिष्ठेचा बळी देऊन 'पद' मिळवलं की 'पैसा' आलाच.

'कोणतं सरकार टिकतं, ते बघू.' ह्या विधानात देशाचा विचार कुठं आहे?

ह्यात भर म्हणजे रूढी, उपास, व्रतं-वैकल्यं, परंपरा आणि पंडित-पुरोहितांची दुकानं! निवडणुकीच्या अगोदर चांदीच्या रथातून सामोरे येणाऱ्या महाराजांना मंत्रीही लाखो रुपयांच्या देणग्या देऊन दर्शनाला जातात.

हे सगळे अर्जुनच.

रणांगणं वेगवेगळी.

काही काही ठिकाणी तर प्रत्येक घर रणांगण. कारण युद्ध नात्यातच होतं; आणि तिथंच ममत्व आणि हिंसा एकत्र नांदते.

मीही सोसायटीतल्या मुलाला पाठीशी आठ-दहा जण होते, म्हणूनच मारलं ना?

आणि मित्राच्या मुलाला पाठीशी का घातलं?

पंधरा

''अध्यात्माच्या मार्गात गुरूशिवाय पर्याय नाही.'' त्यानंतर काही काळ त्यानं गुरूचं माहात्म्य सांगितलं. शेवटी तो म्हणाला,

''परमेश्वरापेक्षाही गुरूचं स्थान महान आहे.''

अशाच एका प्रवचनात ऐकलेली ही वाक्यं! प्रवचन करणारे स्वामी प्रचितीचं बोलत होते की शास्त्रवचनांची त्यांनी टेप लावली होती, हे ठरवण्याचा मला अधिकार नाही. आपण सातत्यानं दुसऱ्याच्या संदर्भात विचार करण्यात जास्त वेळ घालवतो. मी 'गुरू' ह्या शब्दापाशीच अडकलो होतो. अध्यात्माचा प्रांत म्हणजे नेमका कोणता प्रांत? अफाट पृथ्वीतलावर राष्ट्रांच्या सीमारेषा आखायच्या, ते माणसांनी माणसांचे बळी घ्यावेत म्हणून. 'सबै भूमी गोपाल की' हे फक्त घोषवाक्य. त्याला तेवढीच किंमत होती म्हणून ते विरून कधी गेलं हे कळलंपण नाही. ह्या अखंड पृथ्वीचे विभाग कुणी पाडले? पासपोर्ट, व्हिसा ह्या अटी घालण्याचा अधिकार माणसांना कुणी दिला? कस्टम खातं कशासाठी? फूटपाथवर परदेशी वस्तू राजरोस कशा मिळतात? शस्त्रास्त्रंसुद्धा मिळतात. का? कशासाठी? विध्वंसासाठी?

आपण माणसंच आहोत का? वाटत नाही. मग अध्यात्माशी आपला काय संबंध आहे? निधर्मी राज्याप्रमाणे अध्यात्म हेही थोतांड आहे का? परमार्थ म्हणजे काय?

अर्थात एवढ्या अनाकलनीय प्रश्नांना हात कशाला घालायला हवा? साधे साधे प्रश्नच अनाकलनीय होत चालले आहेत. आयुष्य सोपं होण्याऐवजी अवघड होत चाललं आहे आणि त्यांतल्या त्यांत जास्त जीवघेणा खेळ विद्यार्थ्यांच्या आयुष्यांशी चालला आहे.

पेपर्स फुटणं, पुन्हा परीक्षा!

काय चाललं आहे? शाळेत काय शिकवतात? तेही कसं? गावोगावी, शाळाशाळांतून जे शिकवलं जातं, त्याच्या अनेक गमती कानावर येतात.

मध्यंतरी जेव्हा 'कुसुमाग्रज दिन' साजरा करण्यात आला, त्या दिवशी मुंबईतल्या एका प्रतिष्ठित शाळेत काही विद्यार्थ्यांनी कुसुमाग्रजांच्या कविता सादर केल्या. संयोजक जेव्हा आमंत्रण द्यायला आले, तेव्हा मी विद्यार्थ्यांचं वय डोळ्यांसमोर ठेवून तशा कविता सुचवल्या. क्रमिक पुस्तकात छापून आलेल्या कवितेपल्याड अन्य कविता शिक्षकांनाच माहीत नव्हत्या. मी सुचवलेल्या कविता यंत्रवत सादर केल्या गेल्या. त्यांतली एक कविता मी स्वत: पुन्हा म्हणून दाखवली आणि सभागृहाला प्रश्न विचारला, 'गाभारा' शब्दाचा अर्थ कोण सांगेल? सगळे गप्प. काय कारण? स्टेजवर एक ध्वनिमुद्रित टेप लावली गेली आणि बाकीच्या अडीचशे-तीनशे ब्लँक टेप्स असंच म्हणायला हवं. कुसुमाग्रजांची 'कणा' ही कविता समोर जे विद्यार्थी बसले होते, त्यांच्या 'कणाकणांत' ह्याच वयात भिनायला हवी होती. पण तशी ती शिकवणार कोण?

शाळेच्या वार्षिक स्मरणिकेत 'शाळेनं 'कुसुमाग्रज दिन' साजरा केला, हे छापायला मिळावं' एवढ्याचसाठी हा उत्सव असेल, तर तेवढं कार्य नक्की झालं आहे.

राष्ट्रालाच कणा राहिलेला नाही तिथं शाळेत कसा तो शोधायचा?

गुरूची गोष्टच सोडा. साधा हाडाचा शिक्षक मिळत नाही. तिथं गुरू काय भेटणार?

आज 'गुरू' म्हणताक्षणी 'विवेकानंद आणि रामकृष्ण परमहंस' हीच थोर नावं डोळ्यासमोर येतात. आजही खऱ्या अर्थानं 'गुरूची' गरज किती जणांना आहे? किती त्यासाठी तहानलेले आहेत?

आजच्या सामान्य माणसाला काय हवं आहे? माझ्या डोळ्यासमोर पुण्या-मुंबईचा सुशिक्षित, नोकरी करणारा समाजच अपरिहार्यपणे आहे, त्याला इलाज नाही. ह्याचा अर्थ झोपडपट्टीतला रॉकेलसाठी रांग लावणारा समाज मला दिसत नाही, असं नाही. पण जी माणसं माझ्यासारखं आयुष्य कंठत आहेत, त्यांना काय हवंय? वेळेवर पोहोचणारा, भिकारी आणि फेरीवाले, हिजडे न भेटता होणारा प्रवास. गाडीत जागा, वेळेवर गॅस सिलिंडर, मुलांना शाळा-कॉलेजात प्रवेश, चालण्यासाठी मोकळे फूटपाथ, पाणी... अशा जीवनावश्यक गोष्टींची यादी किती द्यावी?

ह्या यादीत गुरू कुठं बसवायचा? कृष्ण अर्जुनालाच भेटणार. आपला अर्जुन झाला, तर भेटणार नाही; आणि समजा खरोखरच भेटला, तर आपण त्याला काय सांगणार? गॅस संपलाय हे सांगणार की मुलाला हव्या त्या कॉलेजमध्ये प्रवेश मिळवून द्यायला सांगणार?

आज आपल्याला आपलं अडलेलं काम करून देणारा माणूस हवाय.

कृष्ण खरोखर अवतार घेऊन आलाच, तर तोच अर्जुनाप्रमाणे

'सीदन्ति मम गात्राणि' म्हणत खाली बसेल. मीच त्याच्यासमोर यादी ठेवीन :

१. लोकसंख्येला आवर घाल.

२. सत्ता आणि खुर्चीसाठी पळापळ करणाऱ्या मंत्र्यांना बेड्या ठोक.

३. स्मगलर्स आणि बिल्डर्स ह्यांच्या हिशेबाच्या वह्या जनतेसमोर ठेव.

४. सत्ताधाऱ्यांची हॉटेल्स आणि द्राक्षांचे मळे जप्त कर.

५. देशादेशांतले नव्हे, एकाच देशातल्या पक्षापक्षांतले संघर्ष थांबव.

६. प्रदूषण नाहीसं कर.

७. झाडा-जंगलांचं महत्त्व देशाला पटवून दे.

८. जन्माला येणाऱ्या प्रत्येक माणसाला छप्पर दे. कारण कोणताही पक्ष सत्तेवर आला तरी तो कुटुंबनियोजन-योजना राबवणार नाही.

९. मंत्र्यांकडून बंगल्यांच्या भाड्यांची थकबाकी वसूल करून दाखव.

१०. कृष्णा, तू स्वत: विद्यार्थ्यांसाठी शिक्षणक्रम तयार कर. दप्तरांचा आकार आणि वजन कमी करून व्यक्तिमत्त्वाला आकार देणारा अभ्यासक्रम आखून दे. त्यामुळं त्यांच्या ज्ञानाचं वजन वाढेल.

११. देश संपन्न कर, म्हणजे प्रत्येकाला कष्टाचं महत्त्व पटवून दे. सवलती रद्द कर.

१२. स्मॉल कॉज कोर्टापासून सुप्रीम कोर्टापर्यंत लाखो खटले रखडत ठेवणाऱ्या वकिलांना आणि न्यायाधीशांना कंसाचा दरबार दाखव.

१३. संसार आणि नोकरी दोन्ही आघाड्यांवर लढणाऱ्या बायकांचा अंत पाहणाऱ्या पुरुषांना कुरुक्षेत्रावर पांडवांसमोर उभं कर.

वरची यादी सोडून देऊ. 'अकारण हॉर्न वाजवणाऱ्यांना आणि तंबाखू खाऊन थुंकणाऱ्यांना थपडा मारायचं काम कर.' एवढं एकच काम सांगितलं, तर तो 'बॅक टु हेवन' जाईल. अर्जुनाला आणि यशोदेला विश्वदर्शन घडवणाऱ्या कृष्णासमोर विसाव्या शतकातला भारत नव्हता.

म्हणूनच ह्या गदारोळात 'गुरू' कुणाला हवाय? जो माणूस आपलं काम करतो, तो गुरू. कधी तो प्लंबर असेल, तर कधी 'फ्यूज' बसवणारा इलेक्ट्रिशियन असेल.

‘कनफ्यूज’ अवस्थेपेक्षा ‘फ्यूज’ महत्त्वाचा!

अशा अवस्थेत माझ्यासकट सगळे जगताहेत. आपण ज्याला समस्या सांगायला जातो, तो सल्लागार असतो. योगायोगानं त्याचा सल्ला किफायतशीर ठरला, तर आपण त्याला ‘गुरू’ मानायला लागतो. तो सल्ला चुकीचा ठरला, तर ती व्यक्ती आपण पटावरून दूर करतो.

‘पट’ आणि ‘पटल’ ह्यांत हाच फरक आहे. पटल दूर करतो, तो गुरू.

म्हणूनच कृष्णाची महती त्रिकालाबाधित आहे. अर्जुनाच्या डोळ्यांवरचं ममत्वाचं पटल दूर करण्याचं काम त्यानं केलं. नंतर अर्जुनाला काही सांगावंच लागलं नाही.

हे पटल दूर करण्यासाठी अठरा अध्याय. ‘पटल’ दूर करणं म्हणजे नक्की काय?

आज आपण चष्म्याच्या दुकानात जातो. दुकानदार वेगवेगळ्या नंबरच्या काचा बदलत राहतो. केव्हातरी समोरची अक्षरं लख्ख दिसतात. आपण थांबायला सांगतो. डाव्या डोळ्यानंतर उजवा. तो नंबर कदाचित वेगळा असतो; पण सगळी प्रोसेस तीच. समोरचं पटल दूर करून दृश्य स्पष्ट करणं. हे झालं चर्मचक्षूंच्या बाबतीत; पण हीच शास्त्रज्ञांच्या प्रतिभेची देणगी! एक शास्त्रज्ञ असतो. बाकी सगळे चष्म्याचे दुकानदार असतात. मग चष्मे फॅशनेबल करायचे. त्याचं नातं चेहऱ्याशी.

पण नजरेचं काय? तिची सोयरीक असते अंतश्चक्षूंशी; ज्ञानचक्षूंशी! तिथपर्यंत शास्त्रज्ञ पोहोचलेले नाहीत म्हणूनच जेवढी लोकसंख्या तेवढे अंतश्चक्षू. ती नजर सुधारण्यासाठी किती काचा लागतील, किती नंबर्स असतील हे सांगता येणार नाही. चार माणसांच्या संसारातल्या चारच माणसांचे नंबर्सपण सांगता येणार नाहीत.

म्हणूनच कृष्ण म्हणजे चष्म्याच्या दुकानाचा मालक नव्हे.

अंतश्चक्षूंना हात घालणारा, अंजन लावणारा शास्त्रज्ञ आहे. ज्ञानचक्षू उघडणारा गुरू आहे. म्हणूनच अर्जुनाला नजर आली आणि इतर चष्मे वापरणाऱ्यांना जिंकता आलं.

सोळा

अध्यात्म, आत्मा, प्रारब्ध हे शब्द प्रचितीचे नाहीत, असं मी वारंवार व्यक्त केलेलं आहे. ह्या यादीत आणखी एक शब्द म्हणजे ‘गुरू’.

‘परमेश्वरापेक्षाही गुरू मोठा!’

हेही ऐकलेलं वचन.

मग ‘गुरू’ ही संकल्पनाच खोटी आहे का? स्वत:ला ह्याचं समाधानकारक उत्तर

मिळेपर्यंत पुढचं लेखन करायचं नाही, असं म्हणून मी अशांतीत शांती शोधायला लागलो. मला स्वत:ला जे वाटतं, ते मी माझ्यापुरतंच मर्यादित आहे, असं समजतो. ज्या कुणा भाग्यवंताला गुरूची प्रचिती आली असेल, त्यांच्याशी ह्या व्याख्येचा काही संबंध नाही. सगळ्या गोष्टी व्याख्येत बसवता येत नाहीत. ज्या गोष्टी व्याख्येमध्ये बसवता येतात, त्या सगळ्या विज्ञानाच्या प्रांतातल्या आहेत. ज्यांची व्याख्या करता येत नाही, तो केवळ प्रचितीचा भाग असतो. चिकित्सा आजाराची करता येते, व्याधीची करता येते; पण कोणतीही व्याधी उरली नाही, तर मागं जे उरतं, त्याला स्वास्थ्य म्हणतात. म्हणूनच स्वास्थ्याची व्याख्या करता येत नाही.

मला जोपर्यंत 'गुरू' ह्या शब्दाची प्रचिती आलेली नाही, तोपर्यंत त्या विषयावर लिहिण्याचा मला अधिकार नाही. तरीसुद्धा ज्या पातळीवर आपण सर्व तऱ्हेचे दैनंदिन व्यवहार करतो किंवा जेव्हा आपलं आपल्यालाच काहीतरी वेगळं वाटू लागतं, तेव्हा 'गुरू' म्हणजे काय, ह्याचा स्वत:पुरता शोध लागतो. म्हणजे नेमकं काय?

आपल्याला स्वत:ला एखादं निरपेक्ष काम करताना अंतरंगातून शांतीचे झरे वाहत आहेत किंवा नि:स्वार्थीपणानं कुणासाठीही, कोणतंही काम करताना किंवा 'श्रेयस' आणि 'प्रेयस' ह्यांत स्वत:चं काही ना काही प्रमाणात नुकसान होत असतानासुद्धा तटस्थपणे श्रेयसची निवड करता आली, म्हणजे आपण आपले गुरू होतो. ह्याचाच अर्थ गुरूचं वास्तव्य आपल्यातच चोवीस तास असतं.

आपल्याला त्याचं भान नसतं किंवा भान असूनही आपण 'प्रेयसला' प्राधान्य दिलं की, गुरुत्वापासून लांब जातो. कोणतीही कृती करत असताना आपण ती का करीत आहोत, त्यात जिव्हाळा किती, नाटक किती, उमाळा किती आणि नाइलाजास्तव किती, समाजात प्रतिष्ठा मिळवण्यासाठी किती आणि शुद्ध सात्त्विक भाव किती, हे ज्याचं त्याला माहीत असतं. अशा अनेक प्रसंगी स्वत:चं स्वत:ला होतं, ते ज्ञान! 'ज्ञान म्हणजेच गुरू'. ज्याची व्याख्या करता येते, त्याला 'माहिती' म्हणतात. 'परमात्मा तुमच्यातच आहे' असं म्हणतात.

'कुठे शोधिशी रामेश्वर अन्
कुठे शोधिशी काशी!'

ह्या कवितेत पाडगावकरांनी 'हृदयातल्या उपाशी राहिलेल्या परमेश्वरावर' अचूक बोट ठेवलेलं आहे. मग जसा परमात्मा बाहेर शोधायचा नसतो, तसा गुरूही! असं जर असेल, तर मी स्वत: कायम गुरुपदावर का राहू शकत नाही? संभ्रम आणि द्वंद्व हेच ह्याचं कारण!

श्रोत्यांनी टाळ्या दिल्या किंवा प्रचंड हसून प्रतिसाद दिला, म्हणजे आपण त्यांच्यापर्यंत पोहोचलो. ह्यात गर्वाचा, अभिमानाचा भाग नाही. वर्तूळ पूर्ण झाल्याची ती साक्ष आहे. त्याप्रमाणे आता आपण गुरुपदावर आहोत, असं वाटण्यासाठीसुद्धा वर्तूळ पूर्ण व्हावं लागतं. अहंकारापोटी गुरुपदाचा भास होणं आणि खरोखरच त्या स्तरावर असणं ह्यांत मळभ येण्याची शक्यता आहे. गोरा कुंभारानं जिथं 'नामदेवाचं मडकं कच्चं आहे' हे सिद्ध केलं, तिथं आपण कोण?
हा संभ्रम हेच द्वंद्व. म्हणूनच द्वंद्व आहे, तोपर्यंत निर्णय घेता येणं अशक्य आहे. निर्णय घेऊपण नये. द्वंद्व असताना निर्णय घेतला, तर त्याचं सावट निर्णयावर पडणं स्वाभाविक आहे. युद्ध करावं की करू नये, मारावं की मरावं, असं अर्जुनासारखं द्वंद्व आपल्या आयुष्यात निर्माण होणं अशक्य. साधे साधे निर्णय घेतानाच जिथं आपल्याला जीवन नकोसं वाटतं, तिथं युद्धाची काय कथा?

आजच्या कॉम्प्युटरच्या युगात मुलाला किंवा मुलीला इंग्रजी माध्यमात शिकवावं की मराठी, हा प्रश्न आपल्याला सोडवता येत नाही. जागतिक स्पर्धेमध्ये खंबीरपणे उभं राहायचं असेल, तर ज्या भाषेच्या माध्यमातून बहुतांशी जगाचा कारभार चाललेला आहे, त्या भाषेशी वैरभाव धरणं आणि 'इंग्रजी हटाव'च्या घोषणा करणं हे झालं राजकारण! जगाचा कायापालट करणाऱ्या शास्त्रीय शोधांचे जनकच जिथं परदेशी लोक आहेत, असे देश त्यांच्या मातृभाषेतूनच सिद्धान्त मांडणार. ते मराठीचा विचार कशाला करतील? असं असताना जागतिक बँकेच्या जोरावर असं म्हणण्यापेक्षा जागतिक बँकेकडं देश गहाण पडलेला असताना बँकेचीच भाषा हटाव, असं म्हणण्यात काय अर्थ आहे? प्रश्न येतो, तो आपल्या स्वतःच्या परिवाराचा. आपलं घर हेच आपलं रणांगण असतं आणि आपण फक्त वयानं वडील आहोत, ह्या अधिकारावर संग्राम चालतो, तो आपल्याच मुलांविरुद्ध. माझ्या स्वतःच्या मताला फारशी किंमत नसली तरीही मला वाटतं, ज्या भाषेमध्ये अभ्यास घेण्याची आपली कुवत आहे, त्याच माध्यमाचा स्वीकार करावा.

हे लिहिताना डोळ्यासमोर पटकन उभे राहिले, ते शिक्षणमहर्षी 'नि.र. सहस्रबुद्धे'. मॅट्रिकचा रिझल्ट लागला रे लागला की, 'नि.र.'मध्यभागी आणि प्रथम श्रेणीतल्या किमान आठ-दहा जणांचा फोटो वर्तमानपत्रात पाहण्याची सवय झालेली. गप्पा मारताना ते एकदा म्हणाले होते, "पन्नास वर्षांच्या कारकिर्दीत माझे विद्यार्थी मराठी माध्यमातून शिकले आणि जगभर मोठमोठ्या पदांवर यशस्वी झाले. सायन्सला

सायंटिफिक भाषा असते आणि गणिताला भाषाच नसते. सध्या मारुती गाड्यांतून पालक येतात. आईचा आग्रह इंग्रजी माध्यमासाठी, तर बापाचा मराठीसाठी. इंग्रजी माध्यम स्वीकारणारा शेक्सपियर, शेले, कीट्स तर वाचतच नाही; पण त्याला पसायदानसुद्धा माहीत नसतं."

सरकारी धोरणांबद्दल तर बोलायलाच नको. बाळासाहेब खेरांनी इंग्रजीवर बंधनं आणून एक पिढीच्या पिढी बरबाद केली. आज कोर्टातली भाषा इंग्लिशच आहे. कायद्याची पुस्तकं त्याच भाषेतून आहेत. मेडिकल सायन्ससुद्धा त्याला अपवाद नाही. म्हणूनच 'इंग्रजी हटाव' ह्या मूर्ख घोषणा ज्ञानग्रहणासाठी नसून अंगठेबहाद्दरांची सोय पाहायची म्हणूनच आहेत. आपल्या संकल्पनेप्रमाणे प्रत्येक देवाचं एक आवडतं फूल असतं, असं आपण मानतो. गणपतीला दूर्वा, शंकराला बेल वगैरे वगैरे. त्याचप्रमाणे 'मतपेटी' ह्या दैवतासाठी त्याचं आवडतं फूल म्हणजे अंगठा!
मुलांचा अभ्यास घेण्याच्या निमित्तानं का होईना, आई-वडलांचा सहवास मुलांना लाभत होता. आपल्या प्रगतीसाठी आपले आई-वडील त्यांचा वेळ देत आहेत, हे मुलांना रोज जाणवत होतं. माध्यमाचा फरक येताक्षणी आई-वडील मुलांपासून अंतरावर कधी गेले, हे दोघांनाही कळत नाही. "You must took this" हे एका घरात आईनं मुलाला शिकवलेलं वाक्य मी प्रत्यक्ष ऐकलेलं आहे.

भाषेच्या निवडीच्या बाबतीत घरांमध्ये पती-पत्नीमध्ये मतभेद असतील, तर मुलाचं संपूर्ण आयुष्य कोणत्या मुक्कामावर पोहोचणार?

मग सल्ला घेत फिरायचं. समोरच्या माणसाचं मार्गदर्शन हे तुम्हांला हव्या असलेल्या किंवा पेलणाऱ्या रस्त्याचं मार्गदर्शन नव्हे. तो स्वत: ज्या मार्गावरून चालत आलेला आहे, त्यातून त्यानं काढलेला तो निष्कर्ष आहे. म्हणूनच मला वाटतं, मार्गदर्शन हा प्रकार खऱ्या अर्थानं संभवतच नाही. आपल्या वृत्ती वेगळ्या, आयुष्य वेगळं, पूर्वानुभव वेगळे, समस्या वेगळ्या; मग त्यांची उत्तरं दुसऱ्याजवळ कशी असतील? चार रस्त्यांपैकी बडोद्याला जाणारा रस्ता कोणता, हे दर्शवणारा बाण आणि खालचा मैलांचा आकडा हेच फक्त मार्गदर्शक! इथं तुमच्या वृत्तीचा, अहंकाराचा, अज्ञानाचा प्रश्न येत नाही. ह्या रस्त्याऐवजी दुसरा रस्ता बडोद्याला का जात नाही? हाही प्रश्न विचारता येत नाही आणि परीक्षेत जसे मार्क वाढवून मिळतात, तसे इथे मैल कमी करता येत नाहीत. मैलाच्या दगडापाशी 'सब घोडे बारा टक्के.'

अर्जुन कमी बुद्धिवान होता का? धर्म त्याच्यापेक्षा मोठा नव्हता का? मग कृष्णानं गीता अर्जुनालाच का सांगितली? द्वंद्व जिंकायचं असतं, त्यातून पार व्हायचं असतं. ती एक अग्निपरीक्षा असते. त्यातून पार होताना कचरा जळून जातो. कचरा म्हणजे संदेह. संदेह जळला की, मागं उरतात शुद्ध विचार. कृतीमध्ये नंतरच उतरता येतं. कालांतरानं ती कृती कदाचित चुकीची ठरेल, पण कृती करतानाच संदेह न उरणं इथंच धैर्याची ओळख होते. कृती घडते. ती कृती जर त्रिकालाबाधित असेल, तरच श्रद्धा निर्माण होते; पण पुष्कळदा आयुष्यातल्या अनेक घटनांच्या प्रसंगी 'वेळ'च निर्णय घेते. रात्री आपण नाटकाहून आलो आणि कळलं की, कुलपाची किल्ली हरवली आहे. तर कुलूप कितीही भारी असलं, तरी ते फोडावंच लागतं. अशा वेळेला कुलपाला महत्त्व देऊन आपण घराबाहेर राहणं हा निर्णय चुकीचा आहे. त्याचप्रमाणे एवढं भारी कुलूप फोडावं लागलं, ह्याचं दुःख करत राहणं हे कमकुवत मनाचं लक्षण आहे. श्रेयसला प्राधान्य देऊन घेतलेले निर्णय श्रद्धाच वाढवतात. तरीही श्रद्धा ही अत्यंत वैयक्तिक बाब आहे; आपल्या श्वासोच्छ्वासाइतकी. दुसऱ्याचं आपल्यावर प्रेम आहे, म्हणून आपली श्रद्धा हा दुसऱ्याच्या विश्वासाचा भाग ठरू शकेल, पण कुणाच्याही गफलतीमुळं त्याच्या प्रेमाला धक्का लागला की, तुमच्यावरचा त्याचा विश्वास उडाला!

आयुष्यामध्ये अनेक माणसं निकटवर्तीय होतात. कालांतरानं दुरावतात. एकमेकांचं नावही टाकतात. हे मुद्दाम घडत नाही. कुणी घडवत नाही. हे घडतं, त्याला कारण एकच. तुमच्यावरच्या विश्वासाचं श्रद्धेत रूपांतर होत नाही. ह्यालाही कारण आहे. तुम्ही केलेलं मार्गदर्शन हा त्याच्या प्रचितीचा भाग होत नाही. म्हणूनच तुम्ही गुरू गाठलात की, शॉर्टकट शोधलात. स्वतःच्या कसोटीची उंची अजमावण्याचं टाळलंत.

दैनंदिन व्यवहारातलं एकच उदाहरण देतो. एखादा वकील किंवा एखादा डॉक्टर तुम्हांला लाभतो, म्हणजे नक्की काय होतं? तर त्यानं सुचवलेली औषधयोजना तुमच्या शरीर-रचनेशी तंतोतंत जुळते. त्या डॉक्टरची वारंवार गरज न पडणं ह्यात तुम्हांला तुम्ही आरोग्य-संपन्न झाल्याचं जाणवतं. साहजिकच तो डॉक्टर तुमचा गुरू होतो. तसाच एखादा वकील तुमची व्यथा स्वतःची समजून प्राणपणानं केस चालवतो. त्यासाठी पैसे घेणं हा व्यवहाराचा भाग झाला, जो आवश्यक आहे. न्याय योगायोगानं मिळतो; पण वकिलाला कायद्याचं सखोल ज्ञान आहे, असं आपण धरून चालतो. ह्याच संकल्पनेप्रमाणे प्रत्येक व्यक्ती आपल्या जवळच्या माणसाला स्वतःच्या डॉक्टराकडं किंवा वकिलाकडं नेते. इथं तो डॉक्टर अथवा वकील

यशस्वी होईल ह्याची शाश्वती नाही. मध्ये यश मिळवून देणारे किती घटक आहेत, ह्याचा विचार होत नाही आणि शेवटी तुमच्याच सद्हेतूबद्दल शंका घेतली जाते किंवा अज्ञानाची कीव केली जाते.

अर्जुनानं वेगळं काय केलं? फक्त संदेह! म्हणूनच वारंवार तेच प्रश्न!

'माझ्यावर श्रद्धा आहे ना, मग बकबक न करता युद्ध कर.' असं कृष्ण सांगत नाही. तो त्याला श्रद्धेच्या पातळीवर आणत राहतो. श्रद्धेचा प्रवासच संदेहापासून सुरू होतो. ज्यानं संदेह केला नाही, त्याला श्रद्धेचं माहात्म्य कळणार नाही. द्वैत निर्माण झालं की, त्यात प्राणपणानं उतरणं हाच एकमेव उपाय.
अगदी व्यवहारातलं उदाहरण. एकाच दिवशी लग्नाची दोन आमंत्रणं येतात. वेळ एकच असते; पण एका लग्नाच्या बाबतीत नातं जवळचं असतं. केवळ नातं नव्हे, तर जिव्हाळाही असतो. ऋणानुबंध किती अतूट आहेत, ह्याची गतकाळातली चित्रं आठवत राहतात. दुसऱ्या परिवाराच्या बाबतीत त्यानं केलेल्या उपकाराची यादी समोर उभी राहते. क्वचित आर्थिक मदतही केलेली असते. अंशतः ऋणमुक्त होण्याची ही एकच संधी असते. त्याच्या परिवारातलं हे शेवटचं मंगलकार्य असतं. एका परिवारात निश्चित गैरसमज होणार नाहीत, ह्याची खात्री असते. दुसरा परिवार कायम नाराज होणार आणि वारंवार त्याची आठवण देणार, हे माहीत असतं. अशा क्षणी खोलवर उतरावंच लागतं. एक मन एक सुचवतं, तर दुसऱ्या मनाची मागणी निराळी असते. एका परिवाराबद्दल ओढ असते, तर दुसऱ्याच्या बाबतीत कर्तव्याची जाणीव सलत राहते. पण हे समजतं कसं, ह्याचा विचारही आपल्याला अजून सुचलेला नाही. डाव्या हाताला आपण डावा हात आहोत आणि उजव्याला उजवा, हे कुठं माहीत असतं? त्या दोन हातांना पाहणारे आपण तिसरे असतो. त्याचप्रमाणे दोन मनांतला संभ्रम पाहणारा एक तिसरा तिथंच उपस्थित असतो. दोन मनांपैकी तुम्ही एका मनाचा संपूर्ण कब्जा घेतलात, तर दुसऱ्या मनाचं अस्तित्व तुम्हांला जाणवणारच नाही. तुम्ही सरळ एका लग्नाला जाल. दोन मनांना पाहणारा तिसरा उपस्थित आहे, हे ठसवण्यासाठीच भगवद्गीतेची तडफड आहे. हेच अर्जुनाला भावलं नाही. तरीसुद्धा अर्जुनाची अवस्था सामान्यांपेक्षा वरची आहे. आशेचं संपूर्ण निराशेत रूपांतर होऊनही त्याला जिज्ञासा आहे, हाच एक प्रकाशकिरण! पाश्चिमात्य देशांत 'सगळं व्यर्थ आहे. कशातच अर्थ नाही. पुढच्याही क्षणाची शाश्वती नाही.' ह्या प्रकारची विचारसरणी दुसऱ्या महायुद्धानंतर पक्की झाली आणि का होऊ नये?

शाळेतल्या मुलांपासून घरातल्या पेन्शनर्सपर्यंत ज्यांचा युद्धाशी संबंधही नव्हता,

अशा तीन-तीन पिढ्यांची एका क्षणात राखरांगोळी झाली. जगण्यावर विश्वास का ठेवायचा? शाळा-कॉलेजात का जायचं? कोणत्याही क्षणी जर मरण येणार असेल, तर आज ह्या क्षणी मौज करून घ्या. पुढच्या क्षणाचा काय भरवसा?

सार्त्रची जी चिकित्सा आहे, ती हुबेहूब अर्जुनासारखी आहे. सार्त्र अस्तित्ववादी झाला. सार्त्र, कामू, उनामुनो, जेस्पर आणि हार्डडेगर ही सगळी मंडळी अर्जुनासारखीच झाली. म्हणजेच अस्तित्ववादी झाली. आज सगळी पाश्चिमात्य राष्ट्रं अस्तित्ववादाच्या भोवऱ्यात सापडली आहेत. कशाची निवड करू आणि काय नाकारू?
कोणती जीवनमूल्यं मानावीत आणि कोणती नाकारावीत? ह्याबद्दल संभ्रम निर्माण झाला. दोन महायुद्धांचा झालेला हा परिणाम.
अर्जुनाची तीच अवस्था आहे; आणि जेव्हा युद्ध केल्याशिवाय गत्यंतर नाही, अशी अवस्था निर्माण होते, तेव्हा शांततेत निर्माण झालेल्या नीतिमूल्यांना हरताळ फासला जातो.
सार्त्र आणि अर्जुन ह्यांची मन:स्थिती आणि विचारधारा इथपर्यंतच रास्त आहेत. धोका आहे, तो पुढं. सार्त्र अर्जुनासारखेच प्रश्न निर्माण करतो; पण त्याच्या पुढं जाऊन स्वत:च्या प्रश्नांचंच तो उत्तरामध्ये रूपांतर करतो आहे, इथं धोका आहे. जेव्हा जिज्ञासाच उत्तर होते, तेव्हा पुढचा रस्ता संपलेला असतो.

आज माझ्या डोळ्यासमोर अशी दोन उदाहरणं आहेत. दोन्ही माझे मित्र आहेत. दाराशी गाड्या बाळगणारे आहेत. आयुष्यातला आर्थिक स्वास्थ्याचा गहन प्रश्न नियतीनंच सोडविला आहे. त्यामुळे दोघांचीही मुलं ऐशारामी आणि ऐदी बनणं अपरिहार्य होतं. चैनीकडं कल, आई-वडलांचं न ऐकणं, अभ्यासाकडं दुर्लक्ष होणं हे आलंच. ह्या दोन मित्रांपैकी एक मित्र मुलाच्या भवितव्याबद्दल सतत काळजीनं घेरलेला होता. साम, दाम, दंड, भेद सगळे प्रकार हाताळून झालेले होते. मुलाच्या वृत्तीपेक्षासुद्धा त्याच्या बायकोचं मुलावरचं अंधळं प्रेम मुलाच्या प्रगतीच्या आड येत होतं. 'इस पार या उस पार' असं म्हणत त्या मित्रानं निर्णय घेऊन मुलाची रवानगी कडक शिस्त असलेल्या एका शिक्षण-संस्थेत केली. आज तो मुलगा स्वकर्तृत्वावर उभा आहे आणि माझ्या मित्राच्याच व्यवसायात मित्राच्या बरोबरीनं काम करतो आहे.

याउलट दुसरा मित्र. त्यानं एकदाच मला वैतागून सांगितलं,
"आकाश-पाताळ एक केलं, तरी हा आयुष्यात सुधारणार नाही. मला मुलगा आहे, हे मी विसरूनच गेलोय. तो मागेल तेवढे पैसे मी मुकाट्यानं त्याला देतो. त्याचं तो काय करतो, ही चौकशीसुद्धा मी करीत नाही. तो आणि त्याचं नशीब!"

ह्या दोन मित्रांत मला एक अर्जुन वाटतो आणि एक सार्त्र. एकानं निर्णय घेऊन टाकला आणि एकानं निराशेतही प्रकाश शोधला.
तुमच्यापैकी सार्त्र किती आणि अर्जुन किती, हे ज्याचं त्यानं ओळखावं.

सतरा

आपल्यापैकी सार्त्र कोण आणि अर्जुन कोण, असा प्रश्न तुमच्यावर टाकून मी मोकळा झालो, म्हणजे मी नेमकं काय केलं?
मोकळा झालो, हे म्हणणं सोपं आहे. ह्याचा अर्थ मी दुसरं काम हातात घेतलं, असा होतो का? मी तसं केलं नाही. कामं खूप होती. आवडीची होती. एकेक यादी 'मेनू कार्डासारखी' डोळ्यांसमोरून सरकायला लागली.
मेनू कार्ड.
मराठी लिपी आपण डावीकडून उजवीकडं लिहितो आणि वाचतोही तशीच. फक्त न परवडणाऱ्या हॉटेलमधलं 'मेनूकार्ड' मी उजवीकडून डावीकडं वाचतो.
'दहा रुपये' इतका कमी भाव पाहिल्यावर डाव्या बाजूला नजर वळते. तिथला पदार्थ असतो. पापड!
'नावीन्याची आवड' असं फक्त म्हणायचं; पण हॉटेलात गेल्यावर आपण नेहमीचेच पदार्थ मागवतो.
आवडीच्या कामांच्या मेनू कार्डाकडं मी पाहिलं.
'चला, हार्मोनियम वाजवू या.'
उजव्या बाजूला लिहिलं होतं :
'हार्मोनियमच्या बॉक्सवरचे लाँड्रीतून आलेले आणि इस्त्रीला पाठवायच्या कपड्यांचे ढीग उचल. चांगले कपडे हँगरला लाव आणि हे केलंस, तरीही बॉक्समधून पेटी तुला बाहेर उचलून ठेवायची परवानगी नाही. तू हार्ट-पेशंट आहेस. त्यामुळे लगेच सॉरबिट्रेट घ्यावी लागेल.'
मेनू कार्ड मिटवून टाकलं.
'आता नेमकं काय करू?' ह्या प्रश्नात अडकलो. सौख्याच्या प्रत्येक क्षणाची किंमत उजव्या बाजूला लिहिली होती. वेळ पुरत नसला की, तो आपला सर्वांत जवळचा मित्र असतो. मध्ये लुडबुड करीत नाही. आपण त्याला वापरतो; पण तो स्वत:चं अस्तित्वही प्रकट करीत नाही. पण वेळ जेव्हा उरतो, तेव्हा त्याच्यासारखा वैरी नाही! तो तुम्हांला उद्‌ध्वस्त करतो. असे मोकळे क्षण प्रत्येकाच्या आयुष्यात येतात.

'आता मी नेमकं काय करू?'
'मोकळा होतो' म्हणजे ह्या दयनीय अवस्थेनं वेढला जातो. कोणत्याही गोष्टीनं मन रमवावं म्हटलं, तर त्याची काही ना काही 'क्ष' किंमत आहेच! ती मोजायला तयार झालो, तर वेळ जाईल ह्याची गॅरंटी; पण मन शांत होईल कशावरून? कुणालातरी फोन करू? परिचयाची अख्खी डिरेक्टरी समोर आली. रॉंग नंबर लागला, तर कोणताच आनंद न देता उलट एक रुपया लुटून जाईल. नंबर नीट लागला, तर कुणाशी कोणत्या विषयावर कोणता संवाद होईल ह्याचा आधीच वास येऊ लागेल. मग संवाद रुचिहीन, यांत्रिक होईल. एम.टी.एन.एल. दोन-तीन रुपये खिशात टाकील.
टीव्ही पाहू?
पण त्यात काय? जुळे भाऊ, फारकत, एक स्मगलर, एक पोलीस ऑफिसर आणि जर परराष्ट्राशी युद्ध झालं, तर त्यापेक्षा जास्त स्टेनगन्स आणि रक्तपात! नुसतंच गप्प बसावं, तर भूतकाळातल्या आठवणींचं सैन्य!
शेवटी एकाच प्रश्नापाशी पथारी टाकायची.
हे सगळं का?
कशासाठी?
आत्तापर्यंत जे केलं, त्यातून काय मिळालं? मुलगा घरात. पण त्याच्या चिंतेत तो चूर. त्याच्या मुलीचा उद्या रिझल्ट. किती टक्के मार्क मिळतील? कोणतं कॉलेज? कोणता कोर्स?
मुलगा लहान होता, तेव्हा मी अशीच चिंता केली होती. आज ते गाठोडं त्याच्या खांद्यावर.
एवढाच संसार?
डिग्री मिळवणं; त्यात पंचवीस वर्षं. मग योग्य नोकरी. मग लग्न. संसार कसा? तर घटस्फोटाचे आइसबर्ग्स चुकवीत. मग मुलं, संगोपन, शिक्षण-नोकरी... शेवटी काय मिळवायचं?
ह्या तीन शब्दांचा भोज्या पकडावा लागला की, 'अर्जुन प्रसन्न!'
इतक्या माझ्याच माणसांना वापरून समोरच्याही माझ्याच माणसांची कत्तल? काय अर्थ सगळ्या जिण्याचा?
आपल्या आजच्या समाजात जेवढे विचारवंत आहेत, त्यांच्याइतक्या मानसिक यातना कुणालाही होत नसतील.
फुलनदेवीसारखी दरोडेखोर जर निवडणुकीत जिंकून येते, तिथं विचारवंत काय करतील? पूर्वी ती गाड्यांवर दरोडे घालत असेल, आता अधिकाराच्या जोरावर गाडी स्वत:च्या सोयीप्रमाणे वापरायला, थांबवायला लागली.

कशातच काही अर्थ नाही, हा सार्त्रनं काढलेला निष्कर्ष त्याच्या आयुष्यातल्या अगणित निष्फळ घटनांपायीच काढला असेल.
सार्त्र आपल्याला परका आहे. प्रत्येक माणसाला त्याच्या स्वत:इतकं जवळचं कुणीही नसतं. म्हणूनच प्रत्येक जण एकटा असतो. प्रत्येकाची भावनात्मक पातळी वेगळी. बुद्धीची उंची स्वत:ची. पर्वतराशी अखंड आहे; असते, ती पायथ्याशी. शिखराकडं निघालात की, खंड व्हायला सुरुवात!
प्रत्येक शिखर कमी-जास्त स्वरूपात उंच. म्हणूनच ती शिखरं एकेकटी. त्यामुळंच ती मोजता येतात.
माणसांचं ह्यापेक्षा वेगळं काय असतं?
आहार, निद्रा, भय, मैथुन ही प्राणिजीवनाची मूळ आधारशिला. ह्या प्राथमिक गरजाही सगळ्यांच्या सारख्या नाहीत.
मृत्यू ही एकमेव अटळ अवस्था. पण तोही सगळ्यांचा एका वेळी नाही. व्याधी स्वतंत्र, मरणसमयही वेगवेगळा आणि अनपेक्षित किंवा अनिश्चित क्षणी! ह्याचा अर्थ एकच. सगळी मनुष्यजात एकमेकांना जी जोडली गेली आहे, ती फक्त अनभिज्ञ मरणाच्या क्षणांनी. अपघातानं एकाच वेळी अनेक जातात, ते अपघातानंच. पण दुवा तोच, अनिश्चितता!
आता जे अनिश्चित आहे, तो सांधणारा दुवा कसा म्हणता येईल?
म्हणूनच सार्त्र आणि अर्जुन ही नावं ह्या क्षणी तरी प्रतीकात्मक आहेत. ही उंच शिखरं. आज विसाव्या शतकात लेखक, गायक, नट, नाटककार, शास्त्रज्ञ, अनेक डॉक्टर्स, साधक, सिद्ध पुरुष ही सगळी शिखरं आहेत. एकेकटी पडलेली आहेत. पायथ्यापाशी राहणारा सामान्य माणूस भाग्यवान. आपापल्या श्रद्धेच्या शिखराला तो अधूनमधून स्पर्श करून परत येऊ शकतो.
शिखरं स्थानबद्ध असतात. लांबून प्रत्येकाचं एकेकटेपण पाहत बसतात.
पायथ्याशी राहणाऱ्या माणसांत सार्त्र आणि अर्जुन ह्यांचं कॉकटेल झालेलं असतं. किंवा शटलकॉक. आहे हे असंच चालणार. अंदाधुंदी, चौकशी समित्या, त्यांचे अहवाल गुंडाळून सत्ताधाऱ्यांचं मौन किंवा नुसतं 'छान छान' हसणं. पाण्याचे पाइप फुटोत, प्रश्नपत्रिका फुटोत, माणसं मनातून दुभंगून जावोत किंवा देशाचे तुकडे होवोत; खुर्ची अभंग हवी. कोळ्याच्या जाळ्यात मासे काय किंवा आर.डी.एक्स काय! 'सर्वधर्म समभाव' ह्याला म्हणतात, ही धारणा पक्की झाली की, 'सार्त्र' जिंकला! 'असं का होतंय? कोण थांबवेल?' ही जिज्ञासा जागी झाली की, थोडा अर्जुन कुठंतरी धुगधुगी धरून आहे म्हणायचं.
सार्त्र म्हणतो, संपूर्ण जीवन एक अव्यवस्था आहे, 'अनार्की' आहे. ईश्वर, आत्मा, पुनर्जन्म हे सगळं थोतांड आहे. त्याची मनापासून जर हीच धारणा असेल, तर

वारंवार ते ठासून सांगायची गरजच काय? आपल्या मनात स्वत:च्या निष्कर्षाबद्दल जेव्हा संदेहच नसतो, तेव्हा ऐकणाऱ्याच्या चेहऱ्यावर अनुकूल किंवा प्रतिकूल प्रतिक्रिया उमटताहेत की नाही, ह्याची आपण दखलच घेत नाही. ते आपलं मत पडताळून पाहण्याची इच्छा झाली की समजावं, मनात संभ्रमाचा लंबक झोके घेतो आहे.

आपल्या मनातल्या संकल्पनांचे शिलालेख झाले असतील, तर मौन पाळावं. आपलं ह्याहून वेगळं काय होतं? आपल्या देशात काय चाललंय? बैठकी आणि वाटाघाटी. अपक्ष उमेदवार कोणत्या पक्षाला मिळतील? बहुमत कुणाला मिळणार?

'राखावी बहुतांची अंतरे' ह्या संतवचनाचं नुसतं स्मरण जरी राहिलं असतं, तर 'रोखावी बहुतांची मतांतरे' ही पाळी आली असती का?

इथं तर निष्कर्ष काढायची सार्त्रसारखी ठाम भूमिकाही नाही आणि अर्जुनाप्रमाणे गलितगात्र होऊनही कृष्णाची आवश्यकता नाही. कृष्णालाही विकत घेण्याची ऐपत आल्यावर पक्षाची 'पत' गेली जहन्नममध्ये! इथं स्वत:च्या ठाम भूमिकेपेक्षाही समोरचा चेहरा महत्त्वाचा. पक्षातली माणसं केव्हाही इकडून तिकडं झुकताहेत, म्हणून सगळ्या देशाचा लंबक झाला आहे.

जेव्हा जिज्ञासाच उत्तर होते, कुणालातरी विचारणं ह्याचंच सांगण्यात रूपांतर होतं, त्या वेळेला अनागोंदी परिस्थितीशिवाय हातात काही येत नाही.

'मी हायकिंग'ला किंवा 'ट्रेकिंग'ला जाऊ का? ही भाषा घराघरातून संपली. 'मी जातोय', 'आमचं ठरलंय' हे निर्वाणीचंच उत्तर ऐकावं लागतं.

माझ्या एका माहितीच्या परिवारातली घडलेली घटना. लग्नाचा साथीदार निवडण्याचा मुलाला पूर्ण अधिकार दिलेला. त्या मुलाला एक पंजाबी मुलगी आवडली. मुलाच्या बाजूनं प्रश्नच नव्हता.

मुलीला मारहाण, तिला कोंडून ठेवणं वगैरे पारंपरिक छळ सुरू झाले.

मुलाच्या आईनं मुलाला सांगितलं,

"तुला ती पसंत आहे, तेव्हा ती आपली आहे. नेसत्या वस्त्रानिशी तिला इथं आण. बाकी सगळं आपण सांभाळू."

संधी मिळताच ती मुलगी पळून आली.

एक महिना उलटला. मग आई मुलाला म्हणाली,

"अरे, एवीतेवी ती तशीच राहते आहे, त्यापेक्षा रजिस्टर लग्नच का नाही करत? म्हणजे प्रश्नच मिटेल."

मुलानं शांतपणे सांगितलं,

"आम्ही पंधरा दिवसांपूर्वीच लग्न केलं."

त्या मात्या-पित्यांचं काय झालं असेल? आज हे लिहितानाही अंगावर शहारा येतो.

त्या आईनं तो धक्का पचवला; तोही हसतमुखानं; पण मनात रणकंदन झाल्याशिवाय राहिलं असेल का?
फोटोतल्या किंवा हसणाऱ्या चेहऱ्याचा माणूस तुमच्यासमोर उभा राहिला, तर त्याचा अर्थ तो हसणारा माणूस नसून 'हसतमुख' माणूस आहे; तो फोटो त्याच्या चेहऱ्याचा आहे.

अर्जुन जिज्ञासा करतोय, सतत प्रश्नावर प्रश्न.
ही माझीच माणसं आहेत, ह्यांना मारू?
मला वेगळं चित्र दिसतं.
'माझ्या आईनं लग्नाचं संपूर्ण स्वातंत्र्य दिलंय, प्रेयसीला आश्रय दिलाय. ही उदारमतवादी आई. माझी आई, हिला का फसवू?'
हे प्रश्न त्या मुलाला कसे पडले नाहीत?
हत्या करण्यासाठी धनुष्यबाणच हवेत, असं नाही. रजिस्टार ऑफ मॅरेजेसमध्ये लग्नाची नोंद करणारं बोथट बॉलपेनपण चालतं!

अठरा

'महाभारत' ह्या एका शब्दाची माझी संकल्पना मी ह्यापूर्वीच मांडली आहे. ही पुनरुक्ती होणार आहे, हेही मी जाणून आहे. पण काही अवस्था खऱ्या अर्थानं 'अपरिहार्य' असतात. कोणत्याही अर्जाला जेव्हा सरकारी खात्याकडून नकाराचं पत्र येतं आणि नकाराचंच येणार हे आपल्याला माहीत असतं, तेव्हा 'अपरिहार्य' हा शब्दच वाचायला मिळतो. मला तर वाटतं, ज्याप्रमाणे 'नेहरू' आणि 'गांधी' यांना जाऊन काही वर्षं लोटली, तरी त्यांचे पोस्टाचे स्टॅम्प्स संपलेले नाहीत, त्याप्रमाणे 'कोट्यवधी' कागद 'अपरिहार्य कारणास्तव तुमच्या अर्जाचा विचार करता येत नाही.' अशा मजकुराचेही छापून ठेवलेले असतील. जेव्हा जाणीवपूर्वक नेमकं कारण सांगायचं नसतं, तेव्हा 'अपरिहार्य' हा शब्द सेवकाप्रमाणे हात जोडून बळी जायला सिद्ध असतो. तरुण पिढीवर देशाला सांभाळण्याची जबाबदारी टाकणं हे आजच्या राज्यकर्त्यांचं ब्रीद आहे. 'लोकमान्य टिळक, गांधी, फुले, आंबेडकर ह्यांचा आदर्श समोर ठेवा.' हे वर्षानुवर्षं ठसवलं जात आहे. 'सावरकर' हे नाव इतकं ज्वलंत आहे की, ते उच्चारलं, तर जिभेला चटके बसतील म्हणून ते वगळलं जातं. एका परीनं ते योग्य आहे. जनतेच्या पैशावर उड्या मारणाऱ्या

नेत्यांना समुद्रात अंग झोकून उडी मारणारे सावरकर झेपणारच नाहीत.
'माझाच आदर्श ठेवा' हे सांगण्याची हिंमत स्वातंत्र्य मिळाल्यापासून एकाही नेत्याजवळ नाही, ह्यात सगळं आलं. ज्या तरुण पिढीनं भविष्यात देश सांभाळायचा आहे, त्या तरुण पिढीला आज देश किती सांभाळतो? कसं सांभाळतोय?
दूरदर्शनवर हिडीस चित्रपट दाखवून? अंताक्षरी म्हणजे गाण्याच्या भेंड्या लावून? पेपर फुटल्यामुळं पुन्हा परीक्षेला बसवून? 'मार्कांची फेरतपासणी होणार नाही.' असं हायकोर्टानं सांगून?
कारण काय?
अपरिहार्य.
महाभारताच्या संदर्भात मात्र जेव्हा पुनरुक्ती होणार आहे, त्या वेळेला 'अपरिहार्य' शब्दामागं वेगळी धारणा आहे. खरं महाभारत किंवा भगवद्गीता दोनच अध्यायांची आहे. बाकीचे ह्या ना त्या कारणानं पुनरुक्तीनंच भरलेले आहेत. अर्जुन फक्त शब्दावली बदलून तेच तेच प्रश्न विचारतोय; पण कृष्णाची उत्तरं वेगवेगळी आहेत. अंतिम मुक्कामाचं ठिकाण एकच असल्यामुळं तिथंही काही काही पदं वारंवार येणारच. गाडी थांबवणाऱ्या आणि पुढं जाण्याची परवानगी देणाऱ्या सिग्नल्सचा रंग जरी एकच असला, तरी स्टेशन्स नवीन असतात.
आणि पुनरुक्ती कुठं नाही?
प्रत्येकाचा रोजचा दिवस कसा असतो? सकाळचा चहा, दाढी, अंघोळ, वेण्या घालणं, कामावर जाणं, संध्याकाळचा चहा, रात्रीचं जेवण... किती यादी द्यावी? 'अभ्यास कर, अभ्यास कर पास हो.' हा मंत्र किती वेळा म्हणावा लागतो? ह्याचा काहीच परिणाम होत नाही, हे उमगल्यावर कितीतरी पालकांनी हाय खाल्ली आहे. पती-पत्नी नात्याच्या समस्या आकलनापलीकडच्या आहेत. मी नोकरी करीत होतो तेव्हा कामावर येणारी कितीतरी गलितगात्र माणसं पाहिलेली आहे. मन उद्ध्वस्त झाल्यानं त्यांचं कामात मन लागत नव्हतं. जी कामं करत होती, त्यांत चुका जास्त होत होत्या.
हे झालं इतरांचं.
मुंबईत जेव्हा हिंदू-मुसलमान ह्यांच्यात दंगे झाले, तेव्हा मी नुकताच मुंबईत आलो होतो. 'दोन जमावांत हिंसाचार' अशी राजकारणी भाषा वापरणं मला पसंत नाही. वर्तमानपत्रवाल्यांवर बंधनं असतात. म्हणून त्यांना तसं छापावं लागतं. वाचणारे काय ते ओळखतात. भगवद्गीतेवर लेखन करायचं आणि जे सत्य होतं, ते लपवायचं, ही अनावश्यक नाटकं खूप झाली.
सुमारे पन्नास वर्षांपूर्वी मुंबईत दंगे झाले. माझ्या डोळ्यांसमोर मी प्रत्यक्ष तलवारीनं कापलेली माणसं पाहिली. माझे हात-पाय थरथरायला लागले. हाता-पायातलं त्राण

गेलं, तरीसुद्धा गॅलरीचा कठडा आणि आईचा हात घट्ट धरून मी तो हिंसाचार पाहत राहिलो. हे झालं, ते केवळ एका माणसाची हत्या बघून.
ह्या उलट समोर हजारो माणसं उभी आहेत, ती परिचित आहेत, त्यांतली काही नात्यातली आहेत आणि धनुर्विद्येचं शिक्षण ज्यांच्याकडून घेतलं, ते प्रत्यक्ष गुरूही समोर आहेत. हे प्रत्यक्ष पाहिल्यावर अर्जुनाचं काय झालं असेल? साहजिकच तो गलितगात्र झाला. रथातून खाली उतरला. अर्जुनाला कंप सुटला.
हे का झालं?
आधुनिक शास्त्रज्ञ म्हणतात, विज्ञानाच्या मदतीनं माणसाच्या शरीरातले हार्मोन्स बदलून आपल्याला हवा तो बदल घडवता येतो. मनाचा आणि शरीराचा कसलाही संबंध नाही. काही प्रमाणातच ते शक्य असेल. विज्ञान शरीरावर भर देतं; धर्म मात्र माणसातल्या चैतन्यावरच भर देतं.

परिघावर आघात केला, तर तो मध्यबिंदूपर्यंत जाईलच असं नाही. एखाद्या महान वृक्षाच्या काही फांद्या नष्ट केल्यानं वृक्ष संपत नाही; पण त्याच्या मुळांवरच आघात केला, तर संपूर्ण वृक्षाला तीव्र कळा सहन कराव्या लागतील.
अर्जुनाचे हातपाय गळून पडले, म्हणून कृष्णानं त्याची नाडी पाहिली नाही. अंगात ताप आहे का, हे पाहिलं नाही. आधुनिक शास्त्रज्ञाप्रमाणे कृष्णानं शरीरावर भर दिला असता, तर तो अर्जुनाला ICCU मध्ये ॲडमिट करून मोकळा झाला असता. कृष्णानं चैतन्याला साद घातली. गीतेचं माहात्म्य आणि अजरामरता ह्यातच आहे.

आजही सामान्य माणसांच्या बाबतीत काय घडतं? मनावर होणाऱ्या प्रचंड आघातापायी वेगवेगळ्या शारीरिक व्याधी होतात. इलाज व्याधींवर केला जातो, त्यांच्या उगमस्थानांवर नाही. कुराण-बायबलसारख्या अनेक धर्मग्रंथांत गीता श्रेष्ठ आहे. ह्याचं एकच कारण, त्यात आदेश-उपदेशापेक्षा मन:शास्त्राचा सखोल विचार आहे. मानवी मनाच्या लहरी-लहरींचा अभ्यास आहे. आत्मा-परमात्मा-परमेश्वर असे उल्लेख त्यात नाहीत. मानवी इतिहासात मनोविज्ञानावरचा तो पहिला ग्रंथ आहे. फ्रॉईडप्रमाणे कृष्णानं मनाचं फक्त विश्लेषण केलेलं नाही. त्यानं अर्जुनासारखा वीरोत्तम खंडित झालेला पाहून त्याच्या मनाचे शतश: झालेले तुकडे जोडून, त्यातून पुन्हा पूर्ववत अखंड अर्जुन निर्माण केला.
आपल्यासमोर छोटी छोटी संकटं येतात. कुणाचा ना कुणाचा आधार मिळतो, आपण सावरतो. आपण सावरलो, तरी मनावर उमटायचे ते चरे कायम राहतात. केव्हातरी सहनशक्तीच्या शेवटच्या टोकावर पोहोचण्याची वेळ येतेच. स्फोट झाल्यानंतर समाज फक्त आश्चर्य व्यक्त करतो की अरे, अमका तमका प्राणी असा

कोसळेल, असं वाटलं नव्हतं. पंचवीस-पंचवीस वर्षं संसार केल्यावर कुणी घटस्फोट घेतला की, नव्वद टक्के माणसं म्हणतात,
"ह्या वयात घटस्फोट! मग पंचवीस वर्षं केलं काय?"
पंचवीस वर्षं जास्तीतजास्त सहन केलं. अंतरपाट दूर होताक्षणी अनेकांचा प्रवास घटस्फोटाच्याच दिशेनं सुरू होतो. पंचवीस वर्षं संसार केलाच नाही. फक्त सहन केलं. ह्यातूनच अनेक जण दैववादी होतात. पत्रिका, कुंडल्या घेऊन सर्वत्र फिरतात. कुणाला 'मंगळ', कुणाचा 'वक्री राहू' असं काही ना काही ऐकतात. जप करतात, नवस बोलतात. ही अशी सगळ्यांची केविलवाणी धडपड पाहून सगळ्याच माणसांबद्दल अपार कळवळा येतो आणि प्रचिती नसतानाही म्हणावसं वाटतं,
'सर्वेऽपि सुखिन: संतु'
पाश्चिमात्य देशांतल्या सगळ्यांची स्थिती अर्जुनासारखी आहे.
सार्त्र म्हणतो,
'Man is condemned to be free'
कामू, उनामुनो, जेस्पर ही सगळी अस्तित्ववादी मंडळी आहेत. ह्यांच्यापासून सावध राहायला हवं. कारण जिथं जिथं समाज 'अर्जुनांनीच' जास्त भरलेला आहे, तिथंच कृष्ण निर्माण होण्याची संभावना जास्त आहे.
माझ्या अमेरिकेच्या दोन आणि ऑस्ट्रेलियाच्या एका सफरीमध्ये मी पाहिलं, ते मात्र फार वेगळं होतं. कुटुंबातल्या प्रत्येक व्यक्तीला स्वत:ची वेगळी कामं होती. कॉलेजातली मुलं आपापल्या गाड्या घेऊन कॉलेजला जात-येत होती. घरातल्या नित्य गरजेच्या गोष्टी 'दह्या-दुधासकट' पंधरा पंधरा दिवसांच्या हिशेबानं आणल्या जात होत्या. कुणी गोंधळलेला दिसला नाही. त्याचप्रमाणे घरात बसून बाप-लेक किंवा आई-मुलगी काही जिवाभावाचं बोलत आहेत, पालक मुलांना मार्गदर्शन करत आहेत, असंही दिसलं नाही.
आपल्या घरी कॉलेजात जाणाऱ्या मुला-मुलींना 'असं कर, ह्या रस्त्यानं जा, लोकलपेक्षा बस बरी नाही का? संध्याकाळी कधी घरी येशील?' ह्या प्रकारचे संवाद ऐकू येतात. अजून आपण एकमेकांशी खूप कन्सर्न्ड आहोत. मुलांकडून कितपत आत्मीयतेनं किंवा तुसडी उत्तरं मिळतील, त्याची आपण पंचाईत करत नाही. 'मीच कशाला विचारायला गेलो?' असं नंतर म्हणू. पण आपलं 'गुंतणं' संपलेलं नाही. कृष्णाची गरज ह्याच देशाला जास्त आहे. पश्चिमेत माणूस फार लवकर स्वायत्त होतो. माझी ही विधानं स्वानुभवावर अधिष्ठित असली, तरीही ती धाडसाची आहेत. सगळं आयुष्य ह्या देशात घालवून मला माझ्या परिवारातली माणसं समजलेली नाहीत. मग कार्यक्रमाच्या निमित्तानं पन्नास-पन्नास दिवसांच्या दौऱ्यात अमेरिका, ऑस्ट्रेलिया काय समजणार? तिथंही मी मराठी परिवारातच राहिलो. त्यांच्या अंतर्मनापर्यंत

पोहोचलो का? एखाद्या अमेरिकन परिवारात राहिलो का? ज्या परिवारात राहिलो, ती माणसंसुद्धा हळदी-कुंकवापासून सत्यनारायणापर्यंत सगळे सोहळे करीत होती. ह्या तऱ्हेचे सोहळे माणसं जेव्हा करतात, तेव्हा त्यांना नक्की काय हवं असतं? 'सुरक्षितता.'

अमेरिकेतल्या दोन महायुद्धांमुळं सार्त्रसारखी माणसं सगळं अर्थशून्य आहे, हा निर्णय घेऊन मोकळी झाली; आणि अर्जुन मात्र सर्वनाश आणि निराशा ह्या दरीत कोसळूनसुद्धा कृष्णाला म्हणतोय, मला मार्ग दाखव; म्हणूनच अर्जुन सार्त्रपेक्षा जास्त साहसी आहे. अत्यंत नैराश्यावस्थेत मार्ग सापडेल, अशी आशा बाळगणं सोपं नाही. दोन महायुद्धांच्या मधल्या काळात आयुष्याला अर्थच नसेल, तर कशालाच घाबरण्याचं कारण नाही. जीवनमूल्यं नकोत, परमेश्वरच नाही, मग प्रार्थना कसली? आशाच नाही तर निराशेला जागा कुठं आहे? नवी पिढी म्हणते, आम्ही रस्त्यावर नग्न फिरलो तर बिघडलं काय? आम्ही कुणाशीही शरीरसंबंध ठेवू. नीति-अनीतीचा प्रश्न येतो कुठं? वडील माणसांचा आदर कशासाठी करायचा?

थोड्या-फार प्रमाणात हेच चित्र भारतात उमटायला लागलेलं आहे. कॉलेजमधली मुलं बारमध्ये सापडतात. प्राध्यापकांची खिल्ली उडवतात. डिग्री विकत घेतात. पोलिसांचा दरारा नाही. तरुण तरुण मुली चित्रपटातल्या हिरॉईन्सप्रमाणे शरीरप्रदर्शन करतात. संसारात स्पर्धा आहे. अर्पणभावाचा लोप झालाय.

अर्जुनापाशी अर्पणभाव आहे. म्हणूनच तो मनुष्य जातीचं प्रतीक आहे. नीत्शेचं वचन या बाबतीत फार मौलिक आहे – 'माणूस माणसाच्या पलीकडं जाण्याची आकांक्षा सोडून देईल, तो दुर्दिन!' आपण माणूस आहोत, ह्याच आनंदात माणूस मशगूल राहिला, तर तो मनुष्यत्वाचा शेवट होईल. माणूस प्रवासी आहे. मुक्कामाचं ठिकाण नाही. म्हणूनच माणसानं माणसाला मारावं, ही कल्पना अर्जुनाला भयानक वाटली, तर नवल नाही. तो गोंधळलेला आहे, हेच मनुष्यपण आहे. त्यात चिंता, अशांती, क्रोध, भय, ममता या सगळ्यांची साथ असणं भाग्याचं आहे.

क्षय ही व्याधी आहे आणि व्याधी म्हटलं की, पीडा आलीच. त्याप्रमाणे माणसाची तुलना आपण पशूंबरोबर केली, तर मनुष्य हा एक विकास आहे आणि देवत्वाच्या संदर्भात पाहिलं, तर माणूस ही एक व्याधी आहे.

पशू माणसांबद्दल विचार करीत असतील का? असतील, तर माणसं जेव्हा सायकिआट्रिस्टकडं जात असतील, तेव्हा ते मनात म्हणत असतील, 'सांगितलं होतं, माणूस होण्याच्या भानगडीत पडू नकोस.' वेड्याच्या इस्पितळातल्या माणसांची तर त्यांना प्रचंड कीव येत असेल.

प्रत्येक बापालाही मुलांबद्दल हेच वाटतं की, पिढी बिघडली. भटकी जमात झाली. भरकटली. पण ह्याच भरकटण्यातून एका नव्या यात्रेचा जन्म होतो. घरातच

बसणाऱ्यांना धोका नसतो. प्रवासाला बाहेर पडलेला जीव धोके स्वीकारतो. रस्ता चुकण्याची धास्ती, नकाशा नाही, वाटेत लुटारू भेटतील; कितीतरी कल्पना! पण जो प्रवासाला बाहेर पडतो, तोच मुक्काम गाठतो. अर्जुनाचं तेच होतंय. तो दुर्योधनाच्या पशुत्वाच्या स्तरावर जायला हवा किंवा माणसाची पातळी सोडून उच्चपदी पोहोचायला हवा. ते होत नाही, याचं मला नवल वाटत नाही, याचं कारण माझ्यातला अर्जुन मला अस्वस्थ करतो. व्यवहारात हजारो रुपयांना गंडा घालणाऱ्यांना मी भर रस्त्यात खेचून दोन लाफा मारू शकलो नाही. अकारण बदनामी करणाऱ्यांना ठेचून काढणं मला जमलं नाही. मला जी जिवाभावाची माणसं भेटली, त्यांच्याशी त्यांच्याच घरातली माणसं आजही पशूंसारखी वागत आहेत, त्यांना तुडवू शकलो नाही आणि घडणाऱ्या सगळ्या घटनांकडं साक्षिभावानं पाहण्याइतपत माझं मन मला विशाल करता आलं नाही.

अर्जुन शिथिल होऊन, गात्रं गाळून रथावर चढू शकला नाही; मीही जीवनरथाच्या पायरीला पाय लावू शकलो नाही.

एकोणीस

एका क्षणात होत्याचं नव्हतं व्हावं, असं अर्जुनाचं का व्हावं? त्याच्या बाहूंतली ताकद, युद्धनिपुणता, त्याच्यातला वीरपुरुष गेला कुठं?

हे प्रश्न अर्जुनाला विचारण्यात काय अर्थ?

आपण स्वत: वीरपुरुष आहोत का?

पूर्वी रेल्वे-बजेट आधी प्रसिद्ध व्हायचं. मग मध्यवर्ती सरकारचं. त्याशिवाय प्रत्येक राज्य सरकारचं वेगळं. दर वर्षी फेब्रुवारीच्या आसपास सामान्य माणसाचं काय होत असे? भाव वाढण्यापूर्वी जीवनावश्यक गोष्टींचा साठा करून ठेवण्यासाठी पळापळ. पण तुम्ही-आम्ही साठा करून करून किती करणार? त्यापूर्वी बाजारातून त्या वस्तू गायब करण्यात व्यापारी धूर्त. ते तर लांडगेच आणि त्यांना पाठिंबा देणारे सत्ताधारी कोल्हे. फेब्रुवारी महिन्याचा हा कणा मोडणारा पायंडा माय-बाप सरकारनं सामान्यांच्या कल्याणासाठी मोडीत काढला म्हणजे काय केलं? तर वर्षभरात केव्हाही भाववाढ करायचं धोरण ठेवलं. एकेक मणका मोडायचा. म्हणजे संपूर्ण कणा निकामी झाल्याचा पत्ताच लागणार नाही. रेल्वेचा तीन महिन्यांचा पास आदल्या दिवशी फक्त एकदाच काढाल. ह्यापेक्षा जास्त व्यवहारचातुर्य ह्या देशातला नोकरवर्ग कसा दाखवणार? आपण सारे अर्जुनच!

आपल्या मुलानं आपल्याला पसंत नसलेल्या मुलीशी लग्न केलं की, नातं संपलं. तोंड पाहायचं नाही वगैरे.

किती काळ? नातू किंवा नात होईपर्यंत हाच मनाचा खेळ.

अर्जुनाच्या मनानं अगोदर 'हाय' खाल्ली. बाहूंतली रग, पायांतलं त्राण नंतर गेलं. हिंदू-मुसलमानांतल्या दंग्यात समोर जिवंत माणूस कापला गेल्यानंतर मी कठडा घट्ट धरला.

माणसाचं शरीर हे मनाची छाया आहे. मनाची शकलं झाली, त्या क्षणी अर्जुनाच्या शरीराचेही खंड पडले. मन संयुक्त होऊन संगीतमय झालं की, शरीराला आपोआप उभारी येते आणि माणसाच्या बाबतीत कोणता विचार, कोणती वस्तू, व्यक्ती किंवा काम, एका क्षणात त्याची मरगळ घालवेल, हे कॉम्प्युटरपण सांगू शकणार नाही. मनाच्या अविरत प्रवासात 'सायन्स' नावाचं स्टेशनच नाही.

एखाद्या क्षणी अशा एखाद्या व्यक्तीची तीव्र आठवण येते की, आळस, थकवा प्रवासाची यातायात या सगळ्यांवर मात करून आपण त्याच्यासमोर उभे राहतो. तोही म्हणतो,

"सकाळपासून सारखी तुझी आठवण येत होती.''

ह्याला टेलिपथी म्हणतात. "दोन तासांपूर्वी मी जगण्याचा वीट येऊन पडलो होतो. पलंगाखाली पाय टाकण्याचंही त्राण नव्हतं.'' आपण असं सांगतो, तेव्हा भेटण्याची ही शक्ती कुणी दिलेली असते?

चैतन्यानं भरतं, ते मन.

तिथं कुणीतरी हात घालावा लागतो.

'पुण्यप्रभाव' ह्या गडकरींच्या नाटकात वसुंधरेच्या प्राप्तीसाठी वृंदावन तिच्या अपत्याचाही बळी घेतो, पण ती वश होत नाही. मग तिच्या सौभाग्याचाच बळी घेण्याचा प्रसंग येतो, तेव्हा वृंदावन विचारतो,

"मला कोण अडवणार आहे?''

वसुंधरा सांगते, "तुमच्याच हृदयातला परमेश्वर.''

वृंदावन कावराबावरा होतो. स्वतःच्या छातीवर हात ठेवीत तो म्हणतो,

"काय? माझ्याही हृदयात परमेश्वर आहे?''

त्या क्षणी त्याच्या हातातली तलवार गळून पडते.

नानासाहेब फाटकांची ही भूमिका ज्यांनी पाहिली, ते भाग्यवान. 'फाटक म्हणजे वृंदावन' हे समीकरण झालं होतं.

एका स्त्रीच्या प्राप्तीसाठी अघोरी कारवाया करूनही त्याच स्त्रीकडून 'आपल्याच हृदयातला परमेश्वर आपल्या मार्गात येणार आहे' हे समजणं अपूर्व परिवर्तन आहे. परिवर्तन होणार असेल, तर एकच क्षण पुरेसा आहे. प्रथम मन, नंतर शरीर.

कोणे एके काळी शास्त्रज्ञ मनाला शरीराची छाया मानीत होते. बृहस्पतीपासून कार्ल मार्क्स, एपिकुरस, एंजल्स ह्या सगळ्यांचा हाच दावा होता की, 'मन म्हणजे शरीराचं बायप्रॉडक्ट.' अमेरिकेत दोन मनोवैज्ञानिक होऊन गेले. जेम्स आणि लेंगे. त्यांच्या थिअरीचं नावच 'जेम्सलेंगे'. माणूस घाबरतो आणि पळतो, ह्यावर त्यांचा विश्वास नव्हता. माणूस चिडला म्हणजे त्याचे डोळे लाल होतात, तो हाताच्या मुठी वळतो, शरीर कापतं, हे सगळं चूक आहे, असं जेम्सलेंगे म्हणतात. एखादा अभिनयसम्राट हे सगळं करील; पण त्याच्या मनात क्रोधाचा लवलेश नसेल.

तिबेटमधल्या ल्हासा युनिव्हर्सिटीमध्ये तर 'हीट-योग' नावाचा योगाचा प्रयोग करत असत. मनाला शिकवण द्यायची की, कडक उन्हाळा आहे. अंगातून घामाच्या धारा वाहत आहेत. विद्यार्थ्यांची मन:शक्ती प्रचंड वाढल्यामुळं बाहेर बर्फ पडत असतानाही निर्वस्त्र मुलांच्या अंगातून घामाच्या धारा वाहत असत.

'आपल्याकडं वेगळं काय घडतं? दुकानात 'सेल्स'च्या पाट्या लागल्या की, घरात पन्नास-साठ साड्या असताना गुडघे दुखणाऱ्या, स्पॉण्डिलायटिसची व्याधी असताना गळ्याला पट्टे बांधून बायका दुकानादुकानांतून दिसतात.

कृष्णानं अर्जुनाची मनोव्यथा जाणली. त्यानं शारीरिक अवस्थेकडं लक्ष दिलं असतं, तर 'गीता' हे फिजिऑलॉजीवरचं पहिलं पुस्तक झालं असतं. त्यानं चैतन्याला आवाहन केलं, म्हणून ते मानसशास्त्र झालं.

कळत-नकळत आपण रोज तेच करतो. आपला मुलगा, मुलगी किंवा पत्नी कंटाळून पडलेली असते. तिनं प्रदर्शनाला किंवा नाटकाला यावं, अशी आपली इच्छा असते. आपण नाटकाचं रसभरित वर्णन करतो. मुलं आणि पत्नी नाटकाला येतात. आज शेकडा नव्वद टक्के माणसं मनानं खचलेली आहेत. आयुष्यात किती वेळा मन मारावं लागतं, हे त्यांना माहीत असतं. त्या सगळ्याचा सूक्ष्म परिणाम शरीरावरच होत असतो. इलाज आणि औषधांचा भडिमार शरीरावर होतो. साइड इफेक्ट्स नाहीत, असं ठामपणे कोण सांगेल?

ह्या उलट, अनेक प्रकारच्या व्याधी एकत्र सोसून माणसं हसतमुखानं वावरतात, तेव्हा कोण हसत असतं?

अर्जुनाचं मन खंडित झालं.

कृष्णानं अखंड अर्जुन उभा केला.

आपल्या साठ-सत्तर वर्षांच्या आयुष्यात खचून जाण्याचे क्षण खचाखच भरलेले असतात, हे विधानही व्यक्तिसापेक्ष आहे. माणूस जितका भावनाप्रधान किंवा अतिविचारी, तितका तो भेदरलेला, दुबळा किंवा गोंधळलेला. कितीही मोठा आघात झाला,

तरीही जी माणसं 'ढिम्म' राहू शकतात ती भाग्यवान! पण जी चारचौघांसारखी असतात, त्यांचं काय? तीसुद्धा चारचौघं येऊन भेटून गप्पागोष्टी करून गेली म्हणजे सावरतात. अर्जुनाइतकं उत्कट, भव्य व्यक्तिमत्त्व, तडकाफडकी निर्णय घेण्याची वेळ आणि त्याहीपेक्षा जीवन-मरणाइतका उत्तुंग निर्वाणीचा सवाल आपल्यासमोर उभा राहत नाही, म्हणून कृष्ण आपल्यापासून लाखो मैलांवर आहे.

शेवटी शक्ती म्हणजे तरी नेमकं काय? मांस, स्नायू, रक्तवाहिन्या आणि हाडं! ह्या सगळ्यांत फरक कुठं पडला होता? ते सगळं जागच्या जागी होतं, तरीही अर्जुनाची अवस्था अशी झाली होती की, एखाद्या शेंबड्या मुलानं जरी त्याला धक्का दिला असता, तरी तो कोसळला असता. शरीरापलीकडं एक वेगळी शक्ती असते. तिला मन:शक्ती म्हणा, विल पॉवर म्हणा किंवा योग्य वाटेल ते नाव द्या. चैतन्य म्हणा किंवा काहीच म्हणू नका.

संकल्प पूर्ण करणारी शक्ती वेगळीच असते. ती शक्ती येते, अखंड मनातून. स्वस्थ, शांत लाटा तर विसराच, पण पृष्ठभागावर तरंगही नसलेल्या जलाशयाची ती साक्ष आहे. द्विधा मन:स्थितीत संकल्प करता येणं कसं शक्य आहे? कुराण, बायबल, जेन्दएवेस्ता, ताहो-तेह-किंग ह्यांसारख्या ग्रंथांपेक्षा गीता श्रेष्ठ आहे. आत्मा, परमात्मा, ईश्वर ह्यांचे दाखले न देणारा, 'सायकॉलॉजी'बद्दल सांगणारा हा पहिला ग्रंथ आहे. फ्रॉइडप्रमाणे गीतेत फक्त मनश्चिकित्सा नाही, तर दुभंगलेलं मन अभंग करण्याची किमया आहे.

असं असून माझ्यासकट सगळे जण ह्या विषयाकडे वळत का नाहीत? भगवद्गीतेचे अध्याय मुलांकडून मुखोद्गत करून घेतात. माझ्याच निकटवर्तीयांपैकी अशाच एका आईनं मला सांगितलं

"आमच्या विकासचा गीतेचा पंधरावा अध्याय वयाच्या सहाव्या वर्षी पाठ होता."

मी गप्प राहिलो.

कारण वयात येईपर्यंत म्हणजे जवळजवळ तो वीस वर्षांचा होईपर्यंत त्याच्या विकासाची 'सरकारी विकासयोजना' झाली होती. परदेशी किंवा जागतिक बँकेच्या कर्जावर डळमळणारा भारत आणि हतबल आईकडून पैसा कमावणारा विकास ह्यांच्यात काहीच फरक नव्हता. गीतेच्या अध्यायाचं पठन केवळ स्पर्धेचं कुरुक्षेत्र जिंकण्यापुरतं असेल, तर तेवढा विजय निश्चित. ह्या स्पर्धेत पोपटही जिंकेल. गीता पठनासाठी नाही. ती कृतीत आणायची संहिता आहे.

भगवद्गीतेकडं मी वळलो, त्याचं संपूर्ण श्रेय 'ओशों'च्या गीतेवरच्या सव्वादोनशे भाषणांच्या कॅसेट्सना आहे.

मी 'ओशों'ना प्रत्यक्षात न भेटलेला एक अभागी जीव आहे. पण त्यांच्या 'जीव' ओतून ध्वनिमुद्रित केलेल्या कॅसेट्सचा भाग्यवान श्रोता आहे.

मला ज्ञानेश्वरी माझ्या कुवतीप्रमाणेच समजली असती, जर वाचली असती, तर. आता प्रारंभ केला, तर 'ओशों'मुळं जास्त चांगली समजेल. स्वामी विवेकानंदांवर हजारो व्याख्यानं देणारे अभूतपूर्व वक्ते शिवाजीराव भोसले म्हणतात,
"आयुष्यभर मी विवेकानंदांवर बोलत आलो; पण विवेकानंदांवरचे 'ओशोंचे' विचार ऐकल्यावर मला विवेकानंद खऱ्या अर्थानं समजले."
हे असं जाहीरपणानं मान्य करायला प्रचंड मानसिक सामर्थ्य आणि आकाशाइतकं विशाल अंत:करण लागतं. ह्या भाषणांतून जी प्राप्ती झाली, त्यांपैकी लाखो रुपये श्री. भोसले ह्यांनी विवेकानंद स्मारक, कन्याकुमारी ट्रस्टला दिले. माझ्या माहितीप्रमाणे ही रक्कम साठ-सत्तर लाखांच्या जवळपास आहे. श्री. ब. मो. पुरंदरे ह्यांनी तर एक कोटीची सरहद्द केव्हाच पार केली आहे. हे अंदाजानं बोलावं लागतं, कारण दोघांनाही प्रसिद्धी आणि जाहिरातबाजीचं तंत्र माहीत नाही. त्यांना त्याची गरजही वाटत नाही. 'रोटरी' किंवा 'लायन्स' क्लबमधल्या प्रेसिडेंट्सनी थोडा जरी दानधर्म केला, तरी ते पुरुषोत्तम ठरतात आणि इथं 'शिवाजीराव भोसले' आणि ब. मों.सारखे पुरुषोत्तम अज्ञातवासात राहतात. 'वलय' निर्माण करणारी माणसं स्वत:च्या आजूबाजूला ते निर्माण करीत नाहीत. शिवाजीराव भोसलेंसारखा स्वयंप्रकाशित विचारवंत ओशोंना श्रेय देतो.
कुणीतरी हे समाजाला सांगितलं पाहिजे, म्हणून विषयांतराचा धोका पत्करून मी हे सांगितलं. ब.मो. किंवा शिवाजीराव किंवा अशाच काही लोकप्रिय माणसांवर कुत्सित शब्दांची 'टांकसाळ' उधळून लेख लिहिणारे स्तंभलेखक पुण्यात कमी नाहीत. 'मलाव्य'च्या याद्या करण्यात, त्यांची खिल्ली उडवण्यात ते धन्यता मानतात. मुंबईपण अपवाद नाही. नावात रवि आणि प्रकाश असून काय फायदा? गुणवान माणसांच्या कर्तृत्वावर तुमचा प्रकाश कसा पडणार?

तुमचा प्रकाश तुमच्या स्वत:च्या वाटेवर जरी पडला, तरी खूप झालं.

अर्जुन आणि कृष्ण ह्यांच्यावर लिहिणं म्हणजे गुणांची पूजा! म्हणूनच गुणवत्तेचं जिथं जिथं दर्शन घडतं, तिथं माथा झुकतोच. भगवद्गीतेचा एखादा अध्याय का होईना, स्पर्धेचं निमित्त आहे म्हणून का होईना, अशा सगळ्या बाल-बच्छड्यांचं मला तरीही कौतुक आहे आणि असे पालक ज्यांना लाभले, त्या पालकांना सलाम! अंताक्षरीपासून काही क्षण तरी मुलं वाचली. त्याचप्रमाणे महाभारत म्हटलं की, दानशूर कर्ण आलाच. त्यापाठोपाठ विसाव्या शतकातले कर्ण का नाही आठवणार?

ज्याचं-त्याचं श्रेय ज्याचं-त्याला द्यायलाच हवं. ह्या लेखमालेचं श्रेय 'ओशों'ना

द्यायलाच हवं.

गीता हा आचरणात आणण्याचा ग्रंथ आहे. मग तो वार्धक्यात वाचून काय फायदा? आचरणात उतरवण्यासाठी नंतर आयुष्य हवं की नको? पण चांगल्या चांगल्या विचारांकडं आणि चिरंतन सत्याकडं नाक उडवून 'ही फक्त थिअरी आहे' असं मानणाऱ्यांनीच समाज भरलेला आहे. ह्याचं कारण न पेलणाऱ्या तत्त्वज्ञानाचा आधार घेऊन आयुष्यातल्या समस्या सोडवण्याची वेळ आपल्यावर येत नाही. आजची ज्वलंत समस्या आहे विद्यार्थी आणि महाविद्यालयात प्रवेश. ह्या समस्येचं मूळ कारण लोकसंख्या. 'झोपडी हटाव'चं 'झोपडी बचाव' कधीच झालं आणि आता चौदा फुटांपर्यंत 'झोपडी बढाव' हा काळ आलाय.

आपण एकच गोष्ट वाढवू शकतो. ती म्हणजे 'सहनशक्ती'.

एका मानसोपचारतज्ज्ञानं एक प्रयोग केला. एका बेडकाला त्यानं उकळत्या पाण्यात टाकलं. बेडूक अर्थातच मेला. त्यानंतर दुसरा बेडूक घेतला. त्याला गार पाण्यात ठेवून पाणी हळूहळू गरम करायला प्रारंभ झाला. बेडकानं विचार केला, 'पाणी कोमटच आहे. फार काही तकलीफ नाही, सहन करू.'

पाण्याचं तापमान आणखी वाढलं. बेडूक म्हणाला,

'अजून काही असह्य झालेलं नाही. वाट पाहू.'

पाणी जास्त तापलं.

'एवढ्यात उडी मारून भांडं सोडायची गरज नाही.' म्हणत बेडूक गप्प राहिला. शेवटी मेला.

सामान्य माणसाचं हेच होतंय. महागाई, पेट्रोलचे भाव तरीही रिक्षा-टॅक्सीवाल्यांनी 'वो बाजू नहीं आएंगे' म्हणणं, विद्यार्थ्यांची गळचेपी...

बेडूकच व्हायचं आपण. अजून भांड्याबाहेर उडी मारायची नाही.

वीस

'आपण बेडूकच व्हायचं' असं मी या आधीच्या लेखात म्हणालो. आपण अमुक अमुक व्हायचं, असं ठरवून माणूस त्याप्रमाणे होत नाही. प्रत्येक माणसांनं ह्या बाबतीत इतरांची उदाहरणं डोळ्यांसमोर ठेवण्यात काहीच अर्थ नाही. स्वत:च्या आयुष्यातलीच उलटलेली पानं त्यानं वाचून काढावीत. आपण लहानपणी कोण होतो, कोणत्या परिस्थितीत वाढलो, लहानाचे मोठे कधी झालो, आयुष्याकडं बघण्याचा आपला एक विशिष्ट दृष्टिकोन नेमका कधी झाला, हे आज छातीठोकपणे कोण सांगू शकेल?

बऱ्याचशा गोष्टी परंपरेनं लादल्या जातात. प्रत्येक पुरुष वेगळा. तो नवरा झाला की वेगळा. आणि तोच पुढं बाप झाला की आणखीन वेगळा. थोड्या-फार फरकानं अशीच स्थित्यंतर स्त्रियांच्या बाबतीतसुद्धा होतात. आई-बाप झाल्यावर प्रत्येक जण रोज नवी नवी परीक्षा देत असतो. त्या-त्या परीक्षेत तो पास होतो का नापास होतो, हे सांगण्याकरता कोणी परीक्षक नसतो. पेपर फुटण्याची इथं भीती नाही. त्याचप्रमाणे मार्क वाढवून घेण्यासाठी पळापळ नाही. मुलाकडं बघण्याचा प्रत्येक बापाचा दृष्टिकोन त्याच्या नकळत तयार होतो आणि थोड्या-फार फरकानं प्रत्येक जण स्वत:ला बापाच्या भूमिकेत आपणच परफेक्ट आहोत, असं समजतो. जो विचारवंत असतो, तो दुसऱ्याचे विचार उधार घेत नाही. स्वयंभू माणसाचे विचार त्याच्या अनुभवावर अधिष्ठित असतात. यश पुष्कळदा अपघातानं मिळतं, पण विचारवंतालासुद्धा असं वाटतं की, हे आपल्याच विचारांचं योग्य फळ आपल्याला मिळतं आहे. त्यामुळं त्याच्या विचारांना तो घट्ट चिकटून राहतो. त्या विचारांचं तत्त्वात रूपांतर झालं, म्हणजे पुढची प्रगती संपली. त्याच दृष्टिकोनातून तो मुलाला वाढवण्याचा प्रयत्न करतो. इतकंच नव्हे, तर स्वत:च्याच चाकोरीतून त्याला प्रवास करायला भाग पाडतो. कदाचित बापाचीच चप्पल मुलाच्या पायांत 'फिट्ट' बसेल, पण ह्याचा अर्थ बापाची चाकोरी त्याला पेलेल, असं नाही. मुलाच्या विचारांची उंची जशी वेगळी असू शकते, तशी दिशाही निराळी असू शकते. कारण तोपर्यंत मुलाचेही स्वत:चे विचार तयार व्हायला लागतात. मुलाचे ते विचार पुन्हा त्याच्या स्वत:च्या अनुभवातून निर्माण झाल्यामुळं बापाचे विचार त्याला निव्वळ थिअरीसारखे वाटतात. असंच जवळपास परिवारातल्या प्रत्येक माणसाचं होत जातं. प्रत्येकाला वाटतं, दुसरा माणूस आपल्यासारखा झाला, तर त्याला योग्य मार्ग सापडला. एक दुसऱ्यासारखा कधीच असू शकत नाही, हे ज्यांना जाणवतं, ते दुसऱ्याला सुधारण्याच्या खटाटोपात आपला वेळ घालवत नाहीत. स्वत:च्या प्रकृतिधर्मानुसार प्रत्येक जण भले-बुरे अनुभव घेण्यासाठी स्वतंत्र आहे, हे जाणून जो गप्प राहतो तो प्रज्ञावंत, असं मला वाटतं; आणि तरीसुद्धा मी लिहून गेलो, 'आपण बेडूकच व्हायचं'. असं निव्वळ ठरवण्यानं बेडूक होता येतं का?

जिथं बेडूक व्हायचं ठरवूनसुद्धा आपण बेडूकही होऊ शकत नाही, तिथं आपण 'संत' काय होणार?

अर्जुनाच्या बाबतीत तो एकदम उकळत्या पाण्यातच टाकला गेला. हातून धनुष्यबाण गळून पडायचं कारण तेच होतं. एखादा व्यापारीसुद्धा ह्या तऱ्हेनं तराजू सोडणार नाही किंवा एखादा लेखक लेखणी खाली ठेवणार नाही. अर्जुनासमोर जे संकट उभं राहिलं, त्या संकटाची तीव्रताच इतकी विराट होती की, त्या स्थितीला सामोरं

जाण्याचं सामर्थ्य अर्जुनात निर्माण होणं अशक्य होतं. तुमच्या-माझ्यासमोर अर्जुनासारखी बिकट अवस्था निर्माण होत नाही, ही परमेश्वराची सर्वांत मोठी कृपा आहे. म्हणूनच जे जे घडत जाईल, त्या प्रत्येक घटनेशी माणसानं सहमत होत जाऊ नये.

संपूर्ण आयुष्यच महाभारत आहे. ह्या लाभलेल्या आयुष्याचा विस्तार माणसाच्या कल्पनाशक्तीच्या पलीकडचा आहे. म्हणूनच कोणतीही गोष्ट त्वरेनं करण्याची आवश्यकता नाही. आपल्या समस्याही फार तीव्र आहेत, असं समजण्याचं कारण नाही. जे होत राहतं, त्याची गती अतिशय मंद असते. काही काही व्यक्तींच्या बाबतीत मरणही मुंगीच्या पावलांनी येत राहतं. तुमचं शरीरच तुम्हांला हळूहळू अनेक वॉर्निंग बेल देत जातं. चाळिशीला चष्मा येतो. हळूहळू नंबर वाढत जातो आणि मोत्याचे दागिने करण्याची ऐपत नसलेल्या माणसालासुद्धा निसर्ग दोन मोती अर्पण करतो. फक्त हे मोती भूषण म्हणून मिरवता येत नाहीत, कारण ते नजरेची वाट अडवतात. काही जणांना मोत्यासारखी दंतपंक्ती लाभलेली असते, ते दातसुद्धा एका मागोमाग एक 'व्हॉलंटरी रिटायरमेंट' घेतात. नकली दात बसवता येतात. ती वार्धक्याची निशाणी असूनसुद्धा त्या नकली दातांना कवळी हा शब्द कुणी शोधला? ऐकायला कमी येणं, केसांची पीछेहाट होऊन कपाळ भव्य होत जाणं ह्या सगळ्या सूचनाच आहेत, पण ह्या इतक्या सूक्ष्म गतीनं घडतात की, स्वतःमध्ये रोज होणारा हा बदल ज्याचा त्याला कळत नाही. कॉलेजमधला एखादा वर्गमित्र अचानक तीस-बत्तीस वर्षांनी भेटला की, त्याचं वार्धक्य आपल्याला अगोदर दिसतं. आपलं आपल्याला दिसत नाही. ह्या सगळ्या अवस्थांशी परिचित होत-होत आपण मरणाकरता तयार होतो. म्हणूनच आपल्या आयुष्यात क्रांती होत नाही.

अर्जुनाच्या आयुष्यात क्रांतीचा क्षण उगवलाच होता. 'इस पार या उस पार' त्याला निर्णय घेणं भाग होतं. उकळतं पाणी होतं. अशीच परिस्थिती होती की, काहीतरी एक करणं भाग होतं. युद्धातून पळून जाणं हा शॉर्टकट होता. मार्ग सरळ होता. आज आपण वेगळं काय करतो? ज्याला जीवनापासून पळून जायचंय, तो संन्यासाची भाषा करायला लागतो. पलायनवादी लोक कुठल्यातरी तीर्थयात्रेला जातात. कृष्णाची भगवद्गीता जर त्या काळात पुस्तकरूपानं उपलब्ध असती, तर अर्जुनसुद्धा हरिद्वारला गीता वाचत बसला असता. पण त्याला कृष्णासारखा चुकीचा गुरू मिळाला. त्यानं सांगितलं 'थांब. पळू नकोस.'

पलायनवादी माणूस कधी परमात्म्यापर्यंत पोहोचू शकेल का? परमात्मा मला

सकाळ-संध्याकाळ फोन करतोय. अशा अर्थानं हे विधान मी करत नाहीये. नियोजित कार्य किंवा मनाचा संकल्प हाच आपण परमात्मा मानू. ह्या अर्थानं सगळ्या गोष्टींपासून पळणारा माणूस आपला संकल्प पुरा करू शकेल का? संकल्प सोडणं अत्यंत सोपं असतं; पण त्यासाठी किती खस्ता खाव्या लागणार आहेत, ह्याच्या कल्पनेनंच काही माणसं अंतर्बाह्य हादरून जातात. संकल्प तसाच राहतो.

आयुष्य ही तयारी आहे. प्रत्येक पाऊल उचलणं हा त्या तयारीचाच एक भाग आहे. साक्षात्काराच्या दिशेनं होणारा तो प्रवास आहे. जो पळून जाणार नाही, त्याच साक्षात्काराच्या दिशेनं होणारा तो प्रवास आहे. जो पळून जाणार नाही, तोच साक्षात्काराच्या या अवस्थेपर्यंत पोहोचेल.

रथावर पुन्हा आरूढ होण्याकरता अर्जुनाच्या अंगात ताकद नाही; पण कृष्णानं जंगलात पळून जायची परवानगी दिली असती, तर अर्जुन प्रचंड गतीनं पळत सुटला असता. आयुष्याशी सामना देण्यासाठी ज्याच्याकडं सामर्थ्य नसतं, तो पळून जाण्यासाठी तेच सामर्थ्य वापरतो. अर्जुन जंगलात खरोखरच पळून गेला असता, तर सगळ्यांतून मुक्त झाला असता का? संन्याशाचे कपडे अंगावर चढवून एखाद्या झाडाखाली तास-दोन तास बसला असता. काही वेळ शांत वाटलं असतं; पण मनावर पुन्हा औदासीन्याचं मळभ आलं असतं. जंगलातलीच एखादी लाकडाची काडी घेऊन ती वाकवून पुन्हा त्यानं त्याचं धनुष्य तयार केलं असतं, कारण जंगलात जरी गेला, तरीही तो रणांगणावरचा अर्जुनच राहिला असता!

माणूस इतर कुठल्याही गोष्टीपासून पळून जाऊ शकतो, पण स्वत:पासून तो कधीही पळून जाऊ शकणार नाही. अर्जुन त्याला अपवाद कसा ठरेल? जंगलामध्ये कुणीच नाही, म्हणून तो पशु-पक्ष्यांची शिकार करणार नाही, असं होईल का? तो मजेत पशु-पक्षी मारत राहील. कारण पशु-पक्षी स्वजनही नाहीत आणि प्रियजनही नाहीत. त्यांना मारणंही कठीण नाही.

अर्जुन संन्यासी होऊच शकत नाही. ज्या माणसाला संसार हिमतीने करता येत नाही, तो माणूस संन्यासी होण्याचंही धारिष्ट करणार नाही. खरंतर संसारातून निवृत्ती ही संन्याशाची व्याख्याच नाही. संसारातून जो तरून जातो, त्याला संन्यास म्हणतात. शेवटी संसार म्हणजे काय? आणि संन्यास म्हणजे तरी काय? संसारामध्ये होणारा दाह आणि संकटांचं अतिक्रमण ह्यामुळंच माणसाला संन्यास घेण्याची इच्छा होते. पण ह्या गोष्टींशी सामना करत संसार करणं ज्याला जमतं, त्यालाच अधिकारी पुरुष म्हणतात. संन्यास ही संसाराची विपरीत अवस्था नव्हे.

संसारात जो तारतम्यानं राहतो, स्वत:ची बुद्धी कसोटीला लावतो आणि संघर्षातून पार होतो, त्या सगळ्याची फलप्राप्ती म्हणजे संन्यास! म्हणूनच कोणतेही निर्णय घाईघाईनं घेण्याची आवश्यकता नाही. पळून जावं, हा संकटावर शोधलेला उपाय नाही. समस्यांशी हळूहळू सामना करण्याची शक्ती मिळवणं ह्यालाच यशस्वी संसार म्हणतात. आपल्याला अर्जुनाप्रमाणे उकळत्या पाण्यामध्ये कोणीही टाकणार नाहीये. म्हणूनच मुद्दाम बेडूक होण्यासाठीसुद्धा काही करावं लागणार नाही. आपल्या देशातली राजकीय, सामाजिक परिस्थिती, महागाई हे सर्व घटक रोज आपल्याला बेडूक बनवतच आहेत. 'आपण बेडूक व्हायचं, असं मुद्दाम ठरवण्याचं कारण नाही.' देशातल्या सगळ्या नागरिकांना बेडूकच करायचं, हे सरकारनं आधीच ठरवलेलं आहे. प्रत्येक निवडणुकीच्या वेळेला हा नवीन उमेदवार तरी काहीतरी करून दाखवेल, असं म्हणत म्हणत लाखो 'बॅलट पेपर्स' बेडकांप्रमाणे मतपेटीत पडत आहेत. आणखीन काय हवं?

त्या नवीन उमेदवाराचाही निवडून आल्यावर भ्रमनिरास होतो. राजकारणात सज्जन माणूस टिकणारच नाही. त्याला स्वत:चे पाय उरत नाहीत. जनकल्याणाची त्याची एकट्याची मतं आणि प्रयत्न 'कोल्ड स्टोअरेज'मध्ये ठेवावी लागतात आणि कालांतरानं 'सोल्ड स्टोअरेजमध्ये' टाकावी लागतात. संघटना आणि पक्ष ह्यांचे हजारो पाय त्या नव्या सेवाभावी उमेदवाराच्या पायांवर पडतात. त्याचे स्वत:चे पाय तुडवले जातात. मग तो स्वत:चे विचार मांडूही शकत नाही, तिथं प्रत्यक्षात काय उतरवणार? त्याचा 'बोलविता धनी' वेगळाच होतो.

त्या सत्प्रवृत्त माणसाचाच 'बेडूक' होतो आणि हळूहळू गरम होणाऱ्या पाण्याशी तो जमवून घ्यायला लागतो. त्यानं कोणत्या दिशेनं जायचं, काय बोलायचं, हे सगळं ठरवलं जातं.

दोनच पाय असतात, तेव्हा ठीक असतं.

शंभर-सव्वाशे पाय असलेली गोम आपल्याला माहीत आहे. एका कासवानं तिला एकदा अडवलं आणि विचारलं,

''तुला एवढे असंख्य पाय आहेत. कोणता पाय अगोदर उचलायचा आणि कोणता नंतर, हे तू कसं ठरवतेस? चालतेस तरी कशी?''

त्या प्रश्नासरशी ती गोम उभी राहिली. तिनं ह्यावर आयुष्यात विचार केला नव्हता. विचारात अडकली आणि कृतीमधली सहजता गेली.

MUCH THINKING BLUNTS THE ACTION.

आता तिला चालताच येईना. मग ती भयंकर चवताळली. ती कासवाला म्हणाली, ''पायांच्या संख्येवर काय आहे? पाय माझे स्वत:चे आहेत. विचार करायचा सवालच नव्हता. आता मला तुझ्या प्रश्नामुळं चालता येत नाही. याद राख, हे

असले प्रश्न पुन: विचारलेस तर.''

कासव शांतपणे निघून गेलं आणि गोम विचारात हरवून गेली. चालायचं विसरली. राजकारणात सत्प्रवृत्त माणसाचं हेच होतं.

कौरवांच्या सभेत वेगळं काय झालं? द्रोणाचार्य, कृपाचार्य, विदुर, भीष्म हे साधक होते. विचारवंतांचे मेरुमणी होते; पण द्रौपदीच्या आक्रोशासाठी त्यांनी काय केलं? विचारवंत सत्ताधाऱ्यांपुढं असेच निष्क्रिय होतात.

भारतात विचारवंत कमी होते का? बॅरिस्टर नाथ पैंचं भाषण ऐकायला जवाहरलाल आपण होऊन उपस्थित असायचे. देशच दुर्भागी. वल्लभभाई पटेल का जावेत? लालबहादूर शास्त्री का नाही लाभले? धनंजयराव कीर, रँग्लर परांजपे किती यादी द्यावी. स.गो. बर्वे का नाही जगले? बाबासाहेबांचा फक्त जयजयकार करायचा. त्यांच्या तत्त्वज्ञानाचा अभ्यास कुणी केलाय? 'सवलतींवर जगू नका, बुद्धिमत्ता वाढवा' हा त्यांचा संदेश कुठं गेला?

हे सगळं चित्र पाहूनच सामान्यांचा 'अर्जुन' झालाय. म्हणूनच भगवद्गीता ही अशा अर्जुनांसाठीच आहे. ज्यांच्या मनोभूमीत अर्जुन नाही, त्यांनी भगवद्गीतेकडं वळूच नये. ज्याच्या मनात द्विधा अवस्था नाही, संभ्रम नाही त्यांचा आणि गीतेचा काहीही संबंध नाही. ज्यांच्या मनाची शकलं शकलं झाली आहेत, त्यांच्यासाठीच गीता आहे. कारण खंडित झालेल्या व्यक्तीला 'अखंड' करणं हे गीतेचं कार्य आहे.

एकवीस

वेहेंगर नावाच्या एका तत्त्वचिंतकानं एक मजेदार ग्रंथ लिहिला आहे. त्या ग्रंथाचं नाव आहे, 'द फिलॉसॉफी ऑफ ॲज इफ'. त्यात त्यानं आवर्जून म्हटलंय, 'संपूर्ण मानवी जीवन एकाच शब्दावर उभं आहे. तो शब्द म्हणजे 'जर'. अमुक अमुक गोष्ट झाली, तर सुख मिळू शकतं. ती गोष्ट जर पूर्ण झाली नाही, तर सुख मिळत नाही. आयुष्याचं कल्याण होत नाही. एक गोष्ट मात्र निश्चित की, आपल्या अटी जर पूर्ण झाल्या, तर सुख मिळाल्याशिवाय राहत नाही आणि सर्वांत गमतीची गोष्ट अशी की, अटींची यादी मनात तयार असेल, तर सुख कधीच मिळत नाही. ह्याचं मुख्य कारण सौख्याबद्दलचा भ्रम जोपर्यंत दूर होत नाही, तोपर्यंत सुख मिळत नाही. जगामध्ये सौख्य नावाची वस्तूच नाही, ह्या सत्यावर ज्याचा विश्वास बसेल, त्यालाच सुख मिळेल. पुष्कळ विचार करून ज्या माणसाला सुख मिळतं, असं त्याला आणि आपल्याला

वाटतं, तो माणूस नवीन दु:खाच्या शोधामध्ये असतो. खरंतर नव्या दु:खाच्या शोधामागं लागताना त्यात सुख आहे, अशी मनामध्ये संकल्पना करूनच शोध घ्यावा लागतो. जोपर्यंत शोध चालू आहे, तोपर्यंतच सौख्य आहे. आपण काहीतरी शोधत आहोत, ह्याच सुखामध्ये माणूस हरवतो. प्रत्यक्षात सुख हातामध्ये आल्यावर ह्यात सुख नव्हतं, हे प्रत्ययाला येतं.

प्रत्येकाच्या सुखाच्या कल्पना वेगळ्या असतात. काहींच्या निव्वळ शारीरिक पातळीवरच्या असतात. काहींच्या बौद्धिक, तर काहींच्या भावनात्मक पातळीवरच्या असतात. आजवर सगळ्याच लेखनाच्या बाबतीत इतरांचे दाखले देत-देत लेखन करणं हा माझा स्वत:चा स्थायिभाव नाही. स्वत:च्या लिखाणाबद्दल गौरवानं बोलण्याची मला आवश्यकता वाटत नाही. कोणतं लेखन किती लोकांना भावलं किंवा या क्षणी जे लिहीत आहे, ते किती लोकांना पटेल, हाही विचार लेखन करताना नसतो.

माझ्या निर्मितीनं प्रथम माझंच समाधान केलं पाहिजे. म्हणूनच इतर माणसांच्या गरजा काय आहेत, ह्याचा विचार करताना मी प्रथम मला स्वत:लाच 'मॉडेल' म्हणून उभं करतो. ह्या एकमेव दृष्टिकोनातून गतकालाकडं नजर टाकल्यावर भावनात्मक, बौद्धिक आणि शारीरिक पातळीवर माझ्या स्वत:च्या गरजा काय होत्या, हाच विचार समोर असतो. एवढ्याचसाठी भगवद्गीता असो, त्यावरचं ओशोंचं भाष्य असो किंवा कोणत्याही विचारवंतांचे विचार असोत. ते शिरोधार्य असूनसुद्धा तिथंही एकच कसोटी मी आजतागायत वापरत आलोय. हा माझा स्वत:चा प्रचितीचा भाग आहे का? तसा जर तो असेल, तर कोणताही ग्रंथ वाचायचं कारण नाही. नेमक्या ह्याच कारणासाठी ओशोंनी माझ्या विचारांचा कब्जा घेतला, तो त्यांच्याच एका विधानामुळं. 'शास्त्रग्रंथ' वाचून जीवनाची उत्तरं त्यात मिळत नाहीत. प्रत्येकानं स्वत:च्या अनुभवांतून जावं. जीवनाचा सखोल अनुभव तिन्ही पातळ्यांवर घ्यावा. 'माँगो मत, भागो मत, जागो.' या जाणिवेनं आयुष्याला सामोरं जावं आणि त्यानंतर जर एखादा शास्त्रग्रंथ हाताशी आला, तरच माणसाला ज्ञान होईल की, शास्त्रवचनं त्रिकालाबाधित आहेत. म्हणूनच माझ्यासहित प्रत्येक माणसाच्या आयुष्यात अनेक माणसं जवळ येतात, निकटवर्ती होतात; आणि अकारण दुरावतात. मनामध्ये आकस किंवा अढी नेमक्या कोणत्या कृतीमुळं निर्माण झाली, ह्याचा पत्ताही लागत नाही. आज अनेकांच्या घरी टेलिफोन आहेत. रिसिव्हरच्या वायरला मुद्दाम कुणीही पीळ देत नाही. प्रत्येक दिवशी तो आपोआप बसत जातो. तसंच माणसांच्या बाबतीत होतं.

भावनाप्रधान माणूस संवेदनशील व्यक्तीच्या शोधात असतो. तेच थोड्या-फार प्रमाणात बौद्धिक स्तरावर घडतं. निव्वळ शारीरिक सुखाच्या बाबतीतली माणसं

आपण सोडून देऊ. भावनात्मक आणि बौद्धिक पातळीवर हवा तसा सहप्रवासी मिळाल्यावर त्याच्या विचारांची आपल्याला संपूर्ण ओळख होते. संपूर्ण ओळख झाली रे झाली की, त्यातलं नावीन्य संपलं. मग दुसऱ्या माणसाचा शोध. या पद्धतीनंच माणसं जोडली जातात आणि जोडलेली माणसं मागं पडतात. प्रत्येक नव्या ओळखीच्या बाबतीत ह्या माणसाकडून नवी दिशा मिळेल, नवे विचार मिळतील, या अपेक्षेनं माणसं जोडण्याचा छंद कायम राहतो. ह्या शोधातच सौख्य आहे; प्राप्तीत नाही.

अर्जुनानं जर ह्याच तऱ्हेचे प्रश्न विचारले असते की 'सुख आहेच कुठं? संसारात कधी कुणाचं कल्याण झालंय का? राज्य मिळवून पुढं काय करायचं?' तर हे प्रश्न 'अनकंडीशनल' म्हणता आले असते. ह्या प्रश्नांचं उत्तरही वेगळं ठरलं असतं. अर्जुनाला राज्य हवंय; पण आपल्या माणसांना मारून राज्य मिळवायचं? जर त्यांना न मारता राज्य मिळेल, तर त्या राज्यात सुख आहे. प्रत्येकाचं आयुष्य जर आणि तर यावरच उभं आहे, म्हणूनच महाभारत भूतकाळात जमा झालेलं नाही.

'बर्ट्रांड रसेल' हा पक्का नास्तिक म्हणून प्रसिद्ध होता. तो शेवटच्या घटका मोजत होता. कोणत्यातरी चर्चच्या एका फादरला ही बातमी समजली. त्यानं रसेलच्या घरी धाव घेतली. 'जन्मभर ज्या माणसाचा नास्तिक म्हणून लौकिक होता, तो माणूस मृत्यूचा क्षण समोर ठाकल्यावर शेवटच्या क्षणी बदलला तर!' ह्या विचारापोटीच त्या फादरनं धाव घेतली. असं असूनसुद्धा बर्ट्रांड रसेलच्या समोर जाऊन उभं राहण्याची हिम्मत फादरकडं नव्हती. रसेलच्या भोवती त्याच्या चाहत्यांचा गराडा होता. 'शेवटचा श्वास घेण्यापूर्वी रसेलनं परमेश्वराची माफी मागितली, त्याचं अस्तित्व मान्य केलं, तर किती बरं होईल.' हा विचार फादरच्या मनात आला. त्याच क्षणी ह्या कुशीवरून त्या कुशीवर वळताना रसेल 'परमेश्वरा' असं म्हणत कण्हू लागला. त्या क्षणी धीर एकवटून फादर पुढं झाला आणि म्हणाला, ''माफी मागायचा हाच क्षण आहे. अवधी आहे तोपर्यंत आपले गुन्हे कबूल करा.''
फादरचा हा उपदेश ऐकून रसेल म्हणाला,
''जर परमात्मा असेल, तर रसेल क्षमा मागत आहे. बर्ट्रांड रसेललाही जर आत्मा असेल, तर तो क्षमा मागत आहे. माझ्या हातून जर काही पाप घडलं असेल, तर मी क्षमा मागतो आणि मुळातच क्षमा नावाची गोष्ट जर अस्तित्वात असेल, तर मी क्षमा मागतो.''

रसेलइतका सरळ माणूस जगात मिळणार नाही. आपण सगळे 'जर-तर'चीच भाषा

करतो. अगदी साधं उदाहरण द्यायचं झालं, तर आपल्या परिवारात काही ना काही शुभ कार्य असतं. मनातून तर जावं असं वाटत असतं. पण तिथंही त्या परिवारातल्या एका ठरावीक व्यक्तीनं घरी येऊन आमंत्रण दिलं, तरच कार्याला जाईन, यांसारख्या आपल्या अटी असतात. बोलावणं येवो अथवा न येवो, अशा वेळी विस्मरण घडू शकतं. अगदी जवळच्या माणसाचंसुद्धा! हे गृहीत धरून 'मीच आपणहून आलो.' असं म्हणून मांडवामध्ये हजर होण्याचा सरळपणा किती लोकांजवळ आहे?

सबंध आयुष्यभर आपण अशाच निरगाठी-सुरगाठी मारत असतो. ह्याचं एकच कारण, आपल्या सर्वांच्यात अर्जुनाचाच वावर सातत्यानं होत असतो. नोकरी करणाऱ्या माणसाच्या बाबतीत साधे साधे निर्णय घेताना अर्जुनापेक्षा वेगळं काय घडतं? प्रमोशन हवं असतं; पण बदली नको असते. लीव्ह ट्रॅव्हल अलाउन्स घेऊन खरोखरच पर्यटनाला जावं की घरातच एखादी वस्तू खरेदी करावी? धाकदपटशा दाखवून मुलांना शिस्त लावावी की गोडी-गुलाबीनं? तीच गोष्ट नवऱ्याची सिगारेट सुटायला हवी असेल तर असहकार पुकारावा, अबोला धरावा का प्रेमानं जिंकावं? यांसारख्या गोष्टींची! यांसारखे कुठलेच प्रश्न असं की तसं, याशिवाय सुटत नाहीत. मुलांना धाक हवा; पण त्यानं दहशत घेऊन लांब जाऊ नये. नवरा चांगला आहे; पण त्याचं व्यसन नकोय. अशा छोट्या छोट्या प्रश्नांशी सामना करतच आपलं आयुष्य संपतं.

अर्जुनासमोर जीवन-मरणाचाच प्रश्न आहे. म्हणूनच एक मन मोहात पडतंय, ते राज्य हवं म्हणून आणि दुसऱ्या मनाला त्या कारणासाठी रक्तपात नकोय. बैलगाडीला बांधलेले दोन्ही बैल जर गोडी-गुलाबीनं एकाच दिशेनं चालत राहिले, तर गाडी नक्की मुक्कामाला पोहोचेल; पण ते बैल एकाच वेळी दोन विरुद्ध दिशांना जाऊ लागले, तर गाडीची चाकं तिथल्या तिथं फिरत राहतील.

अर्जुनाची ही अवस्था स्व-विरोधी आहे आणि म्हणूनच कृष्णाला वारंवार तेच तेच सांगत राहावं लागतं आहे.

महाभारत हा ग्रंथच अद्भुत आहे. पहिल्या अध्यायाचं नाव विषाद-योग आहे. योग या शब्दाचे अनेक अर्थ आहेत; पण योग या शब्दाकडं आपण ज्या अर्थानं पाहतो त्याच्यापेक्षा अर्जुन विषाद-योग हा विपरीत अर्थ आहे. आनंद-योग होऊ शकतो; पण विषाद-योग कसा होईल? तर विषाद-योग म्हणजे आनंदाचंच शीर्षासन रूप आहे. आपण आपल्या पायांवर उभे राहिलो, तरी माणूसच असतो आणि शीर्षासन केलं, तरीही माणूसच असतो. म्हणूनच विपरीत स्वभाव हे सरळ स्वभावाचंच शीर्षासन केलेलं रूप आहे. आपण भले त्याला विक्षिप्तपणा म्हणू, पण तोही स्वभावाचाच भाग आहे.

सोन्यामध्ये माती मिसळली, तर आपण फारतर त्याला अशुद्ध सोनं म्हणू. माती मिसळली गेली, म्हणून त्याचं सुवर्णत्व नष्ट होत नाही. कारण मातीचं राखेत रूपांतर होऊ शकतं आणि शुद्ध सोनं हाती लागू शकतं. त्याचप्रमाणे काळाच्या ओघात विषाद नाहीसा होऊ शकतो; पण 'योग' ही अवस्था नाहीशी होत नाही. आनंदाची यात्रा नेहमीच होऊ शकते; पण एकटी व्यक्ती आत्तापर्यंत कायम विषादावस्थेत राहिली आणि मूळ स्वरूपात परतली नाही, असं घडत नाही. माणूस विषादाच्या अगदी खोल दरीत जरी बुडाला, तरीसुद्धा परतीची पाऊलवाट उपलब्ध असते. त्या पाऊलवाटेच्या स्मरणासाठीच विषादालाही 'योग' म्हणावं लागतं. दगडाला कधी विषाद झाल्याचं ऐकिवात नाही. याचं कारण दगडाची आणि आनंदाचीसुद्धा कधी गाठभेट होत नाही. विषादाचं आकलन होण्यामागंसुद्धा ते एका आनंदाचं स्मरण आहे. पण कुणाच्या बाबतीत? माणूस जितका प्रतिभाशाली असतो, तितकाच तो नैराश्यवादीपण असतो. जड बुद्धी असलेला माणूस कधीही उदास होत नाही. कारण आपण आहोत त्यापेक्षा कोण होऊ शकतो, या विचाराचा त्याला स्पर्शही होऊ शकत नाही. मी आनंदात राहू शकतो, मी आनंद निर्माण करू शकतो, असा विश्वास स्वत:च्या बाबतीत ज्या माणसाला आहे, तितका तो अंतर्यामी उद्ध्वस्त असतो. केव्हातरी सकाळी कोवळी उन्हं पडणार आहेत, प्रकाशाचं साम्राज्य पसरणार आहे, ह्याची ज्याला खात्री आहे, अशा माणसालाच रात्रीचा अंधार जास्त भेडसावतो. ज्याला सकाळच माहिती नाही, त्याला रात्रसुद्धा प्रकाशासारखीच वाटते. ऐन रणांगणात उतरल्यावर एकाही वीराला आत्तापर्यंत विषाद झाल्याचं ऐकिवात नाही. याला अपवाद एकच पुरुष, तो म्हणजे अर्जुन!

हे दुर्योधनाच्या बाबतीत घडलं का? दुर्योधनाची गोष्ट आपण सोडून देऊ. कारण मुळातच तो भला माणूस नाही. त्यापेक्षा विचार करणं भाग आहे, तो युधिष्ठिराचा. पण तो स्वत:देखील गोंधळात पडलेला नाही. धार्मिक असूनसुद्धा!

हे असं कसं घडू शकतं? एकच कारण. युधिष्ठिर वृत्तीनं आणि विचारानं धार्मिक नाही. तो परंपरेनं धार्मिक झालेला आहे. अशा तथाकथित धार्मिक माणसापेक्षा सरळ सरळ एखादा दुर्जन परवडला.

आजची परिस्थिती ह्यापेक्षा काय वेगळी आहे? 'निधर्मी राज्य' ह्याचा नेमका अर्थ आज कोणता नेता सांगेल? हे राज्य जर निधर्मी आहे, तर प्रत्येक सरकारी अर्जावर 'जात नि पोटजात' हे उल्लेख का करावे लागतात? अजूनही दोन जमातींत मारामाऱ्या का होतात? ज्या होतात, त्या धार्मिक भावनेवरच होतात. ह्या सत्याकडं आजही आम्ही सरळ सरळ बघायला तयार नाही आहोत. म्हणून शेवटी प्रश्न पडतो, एकविसाव्या शतकाकडं जाणाऱ्या देशावर पांडव राज्य करीत आहेत की धृतराष्ट्र?

बावीस

महाभारतावर लिखाण करायचं, असं जेव्हा मी ठरवलं, ते ओशोंचे विचार मला एकट्याला पेलवेनात म्हणून. दोन नद्यांचा संगम होण्यापूर्वीच कृष्णेचं पाणी कोणतं आणि कोयनेचं कोणतं, हे सांगता येतं. ओशो हा महासागर आहे. माझ्या आणि त्यांच्या विचारांचा संगम झाला, हे विधान आत्मप्रौढीचं ठरेल. मी एखादी नदीसुद्धा नव्हे. पाण्याचा छोटासा ओहळ आहे. पण समुद्रानं स्वीकार केल्यानंतर आपलं वेगळेपण राहतं कुठं? जो जास्तीतजास्त विचारवंत असतो, तोच सर्वांत अधिक गोंधळलेला असतो. मी खूप उंचीवरचा विचारवंत नाही; पण गोंधळलेला जरूर आहे. त्याच हेतूनं 'आपण सारे अर्जुन' हे शीर्षक मला योग्य वाटलं.

आजची माझी अवस्था नुसती गोंधळलेली नाही. आजची मन:स्थिती 'Delux' गोंधळलेली आहे. आजची सकाळच मुळी 'अमर नाईक' हा प्रख्यात गुंड अखेरीस पोलिसाकडून मारला गेला, ह्या सुवार्तेसहितच उजाडली. स्वातंत्र्याचं सुवर्णमहोत्सवी वर्षं उंबरठ्यापाशी येऊन थांबलेलं आहे. प्रथम मनात विचार आला तो हा की, पन्नास वर्षांपैकी वीस वर्षं अमर नाईकसारखा माणूस शोधायला लागतात. ह्या कालावधीमध्ये ह्या माणसाकडून अत्याचार, बलात्कार, खून, खंडणी यांसारखे किती गुन्हे झाले असतील? किती संसार बरबाद झाले असतील? स्कॉटलंड यार्डनंतर एके काळी भारताच्या सुरक्षा दलाचा क्रमांक लागून होता, असं ऐकून होतो. सुरक्षा दल म्हणा किंवा सी.आय.डी. म्हणा.

आजच्याच एका दैनिकात माजी पोलीस महाव्यवस्थापक श्री. सोमण यांचा पोलीस खात्यावरचा लेख प्रकाशित झाला आहे. एकूणच संरक्षण-व्यवस्थेबाबत श्री. सोमण सातत्यानं लेखन करीत आहेत. त्यांचं वैचारिक लेखन वाचल्यानंतर 'ह्या राज्यात आपण अजून जिवंत कसे?' हाच प्रश्न पडतो. सुरक्षित आहोत की नाही हे माहीत नाही. जिवंत आहोत, हे नक्की. पोलिसांचं पाठबळ असल्याशिवाय अमर नाईकसारखे गुंड इतकी वर्षं एवढा धिंगाणा घालूच शकत नाहीत, ह्या निष्कर्षाप्रत कोणताही सामान्य माणूस येईल.

ह्याव्यतिरिक्त बारीकसारीक चोऱ्या, दरोडे, लूटमार ह्या बातम्या असतातच. त्यांतले भारतीय किती आणि परजातीय किती हे नाव प्रसिद्ध झाल्याक्षणी कळतं. माझा एक विचारवंत मित्र परवा पोटतिडिकेनं म्हणाला, "शिवशाहीचं राज्य कधी येईल ह्यासाठी मी आसुसलो होतो. त्या काळात गुन्हेगाराला गुन्हेगारी सिद्ध झाली की तिथल्या तिथं शिक्षा होत असे. खुद्द दादोजी कोंडदेवांनी 'एक आंब्याचा मोह झाला'

म्हणून स्वत:चे हात तोडायचं ठरवलं होतं. शिवाजी महाराजांच्या सांगण्यावरून त्यांनी आयुष्यभर आखूड बाह्यांचा अंगरखा वापरला, असं ऐकून आहे. वसंत, मलाही अशी स्वप्नं पडायला लागली की, शिवाजीपार्क मैदानावर शिवशाहीच्या तत्त्वानुसार अपराध्याला जाहीररीत्या शिक्षा ठोठावण्यात येते आहे. दूरदर्शनवरून त्याचं सर्वत्र प्रक्षेपण होतं आहे. गुन्ह्याला जातपात नसते आणि निधर्मी राज्य म्हटल्यानंतर गुन्हेगारालाही जातपात नाही.''

इतकं बोलून मित्र निघून गेला.

धर्म ह्या एकाच शब्दाभोवती माझे विचार फिरू लागले. त्या क्षणी लक्षात आलं, की, आज आपला 'डी-लक्स' अर्जुन झाला आहे.

विचारात घेण्यासारखी परिस्थिती आहे, ती अशी की, ज्येष्ठ पांडव धर्मराज तिथं असताना कृष्णानं गीता अर्जुनालाच का सांगितली? ओशोंनी याबाबत जे विश्लेषण केलंय ते अचूक आहे. वर्म आणि मर्म ह्या दोन्हींवर बोट ठेवणारं आहे आणि त्याहीपेक्षा जास्त महत्त्वाचं म्हणजे ते विसाव्या शतकात तंतोतंत लागू आहे. महाभारतामधला युधिष्ठिर हा तथाकथित धार्मिक माणूस आहे. युधिष्ठिरासारख्या धार्मिक माणसापेक्षा सरळ सरळ एखादा खलनायक परवडला. पतित माणसाला किंवा एखाद्या समाजकंटकाला आज ना उद्या पश्चात्ताप करायची पाळी येईल, स्वत:च्या दुष्कृत्यांची लाज वाटेल; पण तथाकथित धार्मिक माणूस ह्या पीडेपासून मुक्त आहे. कारण आपण धार्मिकच आहोत, हीच त्याची धारणा आहे. अशा माणसाला विषाद होण्याची शक्यताच नाही. तो आत्मसमाधानी असतो. परंपरा आणि रूढी या संकल्पनेतून जी माणसं धार्मिक होतात, त्या सगळ्यांचं प्रतीक म्हणजे युधिष्ठिर!

समाजात दोन प्रकारची धार्मिक माणसं आहेत. त्यांपैकी एक संप्रदाय उधार विचारांवर धार्मिक होतो. ही सगळी माणसं धर्माचाच आधार घेऊन धर्मबाह्य गोष्टी करतात. युधिष्ठिरानं जो धर्म मानलाय, त्यात तो खूश आहे. जन्मानं क्षत्रिय आहे म्हटल्यावर जुगार खेळणं हा क्षत्रियांचा धर्म आहे. जित्याजागत्या माणसानांही 'पणास' लावणं हेसुद्धा धर्माच्या नावाखालीच त्याला चालून गेलं. युद्धावर जाणं, स्वकीयांची हत्या करतानासुद्धा मागंपुढं न पाहणं हे सगळंच क्षत्रिय धर्मानुसार आहे. म्हणून धर्म बिनदिक्कत ह्या सगळ्या गोष्टींना राजी आहे. ह्या उलट, जी खऱ्या अर्थानं धार्मिक आहेत, त्यांचा धर्म हा त्यांच्या वैचारिक आणि मानसिक क्रांतीतून उदयाला येतो.

अर्जुनाचं तेच झालं. त्याच्या मनातला गोंधळ हा माणुसकीचा आणि मानवतेचा

परिपाक आहे. म्हणूनच त्याला धर्म न मानणारा धार्मिक म्हटलं पाहिजे. अर्जुनाच्या अस्वस्थतेतूनच खऱ्या धर्माचा उदय होण्याची शक्यता आहे. ह्याच्या अगदी उलट धर्माची वागणूक आहे. परंपरेनं चालत आलेल्या धर्माच्या संकल्पनेत तो इतका मग्न आहे की, आजूबाजूला घडणाऱ्या सगळ्या अधार्मिक गोष्टींची त्याच्याजवळ नोंदही नाही.

आजचं चित्र काय वेगळं आहे? मंदिर असो, मशीद असो, गुरुद्वारा असो किंवा चर्च असो. नियमितपणे ह्या प्रार्थनास्थळाला भेट दिली की काम झालं! भगवद्गीता मुखोद्गत आहे? मग खूप झालं. हा माणूस धार्मिकच; पण ह्या प्रकारची सगळी माणसं रिकाम्या काडतुसांसारखी असतात. त्यांत दारूगोळा नसतो. अशी रिकामी काडतुसं दिसायलाही गोंडस दिसतात. कारण त्यापासून जीविताला धोका नाही. युधिष्ठिरासारखी माणसं समझोतावादी असतात. ही माणसं धर्म आणि अधर्म ह्यांतला नेमका पलायनमार्ग शोधून काढतात आणि हातमिळवणी करतात.
आज आपल्या देशामध्ये स्वातंत्र्य मिळाल्यापासून 'धर्म' हा शब्द उच्चारणंच अधार्मिक मानलं गेलं आहे. इतकंच नव्हे, तर धर्माचा आधार घेऊन जर कुणी काही गोष्टी केल्या, तर तो दखलपात्र गुन्हा मानला जातो. निवडणुकीमध्येसुद्धा धर्माचा वापर करून निवडून आला, तर ती निवडणूक रद्दबातल ठरवण्यात आलेली आहे आणि त्याच वेळेला मागासवर्गीयांना योग्य तो दर्जा समाजात मिळावा, म्हणून सवलतींचे मळेच्या मळे पिकवले जात आहेत. हे करत असताना बुद्धिवंतांची गळचेपी होत आहे, इकडं शासनानं दुर्लक्ष करणं, हे युधिष्ठिराचंच रूप झालं. आज परीक्षेच्या अगोदर पेपर्स फुटतात आणि ज्यांनी रात्रं-दिवस वर्षभर अभ्यास केलेला आहे, ज्यांच्या पालकांची त्यापायी झोप उडालेली आहे, अशा प्रामाणिक विद्यार्थ्यांच्या वाट्याला काय आलं? त्यांचा काहीही अपराध नसताना दुसऱ्यांदा परीक्षेला बसावं लागणं हा कुठला न्याय? ज्यांनी पेपर फोडले, विकले, अशांची यादी प्रसिद्ध झाली का? त्यांना शिवाजी पार्कवर जाहीर सभेत 'फटक्यांची शिक्षा' का ठोठावली गेली नाही? असे प्रश्न विचारावेत, तर भारताच्या आचारसंहितेत ते बसत नाही, हे उत्तर तयार आहे. हीच तथाकथित धार्मिकता.

ही अशी सगळी माणसं ढोंगी असतात, पाखंडी असतात. दोन मुखवट्यांच्या आधारावर ते आपला जीवनरथ चालवितात. एक मुखवटा असतो धार्मिकतेचा, जो त्यांना मिरवण्याकरता उपयोगी पडतो. अशी माणसं अष्टविनायकाच्या यात्रेला जातात. काशीयात्रा करतात. उपासतापास, व्रतवैकल्यं, सत्यनारायणाच्या पूजाही करतात. हा झाला त्यांचा एक मुखवटा. दुसरा मुखवटा व्यवहारात वापरण्यासाठी

राखून ठेवला जातो. ह्या दोन मुखवट्यांचा आपापसांत कधीही संघर्ष होत नाही. आपण दोन आहोत, असं त्यांना कधी वाटतच नाही. रंगभूमीवरच्या नटांसारखं त्यांचं आयुष्य. आज रामाची भूमिका करायची... ठीक; उद्या रावण... ओके नो प्रॉब्लेम!

अशा माणसांपेक्षा अधार्मिक माणूस जास्त प्रामाणिक. कधीतरी लाज वाटून अधार्मिक माणूस योग्य मार्गावर येण्याची शक्यता असते; पण जाता-येता हातमिळवणी करणारा माणूस आहे तिथंच राहतो. अशी माणसं कोणत्या पक्षाशी हातमिळवणी करतील आणि कोणत्या पक्षाकडून फारकत घेतील, ह्याचा भरवसा नाही. अशा माणसांना उभ्या आयुष्यात अमृतांजनच्या बाटलीची गरज लागत नाही. जो सांगेल त्याच्याशी जमवून घ्यायचं म्हटल्यावर डोकेदुखी आलीच कुठं?

महाभारताची अद्भुतता कायम ताजी आणि टवटवीत वाटते. त्याचं कारण परंपरेनं धार्मिक ठरवलेला धर्मही तिथं आहे; जे अधार्मिकच आहेत, तेही उपस्थित आहेत आणि जो अधार्मिक होऊ इच्छित नाही आणि परंपरेनंही धार्मिक होऊ इच्छित नाही, असा अर्जुन चिंतेत पडला आहे.

अमर नाईकची हत्या करणाऱ्या अधिकाऱ्यांना, 'तुम्ही अमरला मारण्यात चूक केलीत. तुम्ही हे करायला नको होतं.' असं अमरचे वडील म्हणाल्याचं वृत्त एका दैनिकात प्रसिद्ध झाल्याचं वाचलं. स्वतःच्या मुलानं आयुष्यभर जो हैदोस घातला, पोलीस खात्याला खिशात टाकलं, ती खिशात गेलेली अधिकारी माणसंही महालात नांदावं तशी राहिली, त्यामुळंच अनेक जण उद्ध्वस्त झाले, हे त्या धृतराष्ट्राला दिसलं नाही. आमचे पंतप्रधान फक्त खालचा ओठ लोंबत ठेवून गप्प बसतात. कोणतंही भाष्य करीत नाहीत. तेव्हाही दिल्लीच्या सिंहासनावर अजून धृतराष्ट्रच आहे, असं वाटतं आणि त्यांचा 'रिमोट कंट्रोल' नक्की कुणाच्या हातात आहे, ह्याचा पत्ता लागत नाही म्हटल्यावर 'संभवामि युगे युगे' म्हणणारा कृष्णसुद्धा किती युगं वाट पाहणार आहे, ते कळत नाही. कोर्टातले खटले युगानुयुगं चालतात. 'जस्टिस डीलेअड इज जस्टिस डिनाइड' हा गुन्हा नाही आणि सामान्य माणसानं काही वावगा प्रकार केला, तर 'कायदा' हातात घेणं हा गुन्हा आहे म्हणायचं. ज्यांच्या हातांत कायदा दिला आहे, तो म्यानात पडलेल्या गंजलेल्या तलवारीसारखा झाला, तरी शरम नाही आणि तरीही कोर्टाला मे महिन्याच्या सुट्या असतात. कोर्ट चालू आहे की बंद, हेसुद्धा कळत नसताना त्याशिवाय त्याला सुट्या मिळतात कशा, ह्याचा मला अजून पत्ता लागलेला नाही. न्यायदेवता अंधळी आहे म्हणूनच न्यायदानावरच्या धृतराष्ट्रांचा तिला पत्ता नाही. भारतीय युद्धात रोज आपली दोन-तीन

मुलं मरत असूनही धृतराष्ट्रानं पांडवांना हे तुम्ही चुकीचं वागत आहात, असा निषेध-खलिता पाठवल्याचं ऐकिवात नाही.
व्यास एका पर्वताच्या शिखरावरून डायरेक्ट दुसऱ्या शिखरावरच पावलं टाकत राहिले. पाच पांडव, कृष्ण, कर्ण, द्रौपदी, भीष्माचार्य, विदुर त्याचप्रमाणे शकुनि आणि धृतराष्ट्र, दुर्योधन वगैरे. शकुनि हा धृतराष्ट्राचा 'रिमोट कंट्रोल' होता.

जेवढा कृष्ण पर्वतशिखरांचा मेरुमणी, त्याप्रमाणे मूर्खांचा शिरोमणी धृतराष्ट्र! तोही क्षत्रियच. त्याला युद्धाचं वावडं नाही. खरंतर तो मुक्त, सुखी!
अविचाराच्या अंतिम टोकावर सुखच असतं. सुखप्राप्ती हाच धर्म होतो. किंमत इतरांनी मोजायची. कधी नवऱ्यानं, कधी बायकोनं, कधी व्याधिग्रस्त वृद्ध आई-वडलांनी, तर कधी स्वतःच्या मुलांनीसुद्धा. पितृधर्म, गृहिणीधर्म हे फक्त शब्दच उरतात. अशा शाब्दिक, पारंपरिक, रूढिप्रिय धर्मापासून अर्जुन लांब राहतोय आणि ह्याच धर्माच्या आधीन गेलेलं रणमैदान पाहून त्याला विषाद होतोय. त्यांची सत्तालालसा पाहून त्याला वैराग्य येतं.
असा अर्जुन जर सामान्य माणसांचं 'प्रतीक' असेल, तर तो सामान्यांचा असामान्य गौरव आहे. समोरचा जिंवत माणूस हे चैतन्याचं रूप; हाच धर्म! अशी धर्माची सरळ, सोपी व्याख्या केली आणि अशा समोरच्या माणसाला आपण दुखवणं, त्याचा छळ करणं, स्वतःच्या औट घटकेच्या बिनडोक सुखासाठी दुसऱ्याची उपासमार करणं हे जर साधनेतलं कुपथ्य मानलं, तर वेगळा धर्म कशाला हवा? एखादा अरुण गवळी, अमर नाईक, दाऊद निर्माण होणारच. पण अशा माणसाला पाठीशी घालणं हा अधर्म. लोकशाहीत जर असेच 'धृतराष्ट्रराव' तख्तावर असतील, तर सुराज्याची अपेक्षा कशी करायची?
अर्जुनाच्या मनातला सद्‌भाव हाच आतून आलेला धर्म. तो पारंपरिक धर्म नाही, म्हणून त्याला पक्ष नाही आणि पक्ष नाही म्हणून पक्षांतर नाही. म्हणून त्याला झेंडा नाही. आपोआपच 'झिंदाबाद-मुर्दाबाद' घोषणा नाहीत आणि म्हणूनच 'निधर्मी' म्हणून कागदोपत्री अव्यवहार्य ठरलेल्या ह्या लोकशाहीत जिथं प्रत्येकाच्या मनात धर्मांधता आहे, सरकारी अहवालानुसार १९९५ सालामध्ये सातशे सत्तावीस वेळा दंगली होतात, अशा लोकशाहीच्या काळात धर्माबद्दल लिहिताना माझा 'डी-लक्स' 'अर्जुन' झाला आहे.

तेवीस

माझा 'डी-लक्स' 'अर्जुन' झाला आहे, असं मी म्हणालो. एका परीनं मी भाग्यवान आहे. सामान्यांचा अर्जुन होत नाही. 'हे असं चालायचंच' असं म्हणत जी माणसं आयुष्य घालवू शकतात, ती भाग्यवान. स्वतःची सहनशक्ती पराकोटीची ताणता येणं हीच यशस्वी ठरण्याची गुरुकिल्ली आहे. 'ना खंत ना खेद' हा कोर्स पुरा करून ही माणसं 'पीएच.डी' मिळवतात. अशा माणसांना दिवसा-रात्री केव्हाही शांत झोप लागते.

दुसरा वर्ग विचारवंतांचा.

विचार करून काहीही उपयोग नाही. कोर्टकचेऱ्या, फिर्यादी हे मार्ग आपले नव्हेत. सध्याच्या काळात सामान्य माणसांना साधं पोलीस चौकीपर्यंत जाता येत नाही. एका मित्राची अशीच एक समस्या सोडवण्यासाठी मी त्याच्यासोबत पोलीस ठाण्यावर गेलो होतो. तो ऑफिसर म्हणाला,

"तुम्हांला ज्या गुंडाचा त्रास होतोय, त्याला आम्ही तीनशे चोपन्न खाली आत्ता पकडू शकतो. त्या कलमाखाली तो जामिनावर सुटेल. खटला उभा राहील तेव्हा राहील. तोपर्यंत तुम्ही म्हातारे व्हाल. तातडीनं निकाल लावायचा असेल तर सांगा. आमचीही काही ठरलेली, बाळगलेली माणसं आहेत. ते परस्पर काटा काढतील. झटपट निकाल! बोला, तशी सोय करू?"

माझा मित्र घाबरला, 'कळवतो' म्हणाला.

आम्ही चौकीबाहेर पडल्यावर तो म्हणाला,

"हीच माणसं नंतर खंडणीसाठी माझ्या मागे लागली तर?"

"असं म्हणून कसं चालेल?"

"माझ्या लहान मुलीला पळवली तर? शंभरातल्या नव्वद चित्रपटांतून आपण वेगळं काय पाहतो? हाच पोलीस ऑफिसर नंतर उलटला तर?"

"मग काय करणार?"

"गप्प बसणार. नशिबात जे असेल, ते बघत राहणार."

तो मित्र गप्प बसला; पण वरकरणी. आत तो जळतोय. स्वातंत्र्याच्या सुवर्णमहोत्सवी वर्षाच्या अंगणात देश नांदतोय, तो असा.

पाल टिलीक नावाचा तत्त्ववेत्ता म्हणतो,

'डिस्पेअर इन इटसेल्फ इज रिलीजस.'

'नैराश्यातून निर्माण होणारा धर्म स्वयंभू असतो.' किंवा 'नैराश्यातच धार्मिकता

उपजत असते.'
निष्क्रिय माणसं सुखी. निष्क्रिय माणसांपासून कुणालाच धोका नाही, म्हणून ती आपोआप धार्मिक होतात. अगतिक विचारवंत 'सुद्धा' धार्मिकच!
मी स्वतःला अर्जुन झाल्याबद्दल भाग्यवान समजतो, ते जरा वेगळ्या अर्थानं. माझ्यासारखी अशी भाग्यवान माणसं अगणित असतील. काही माझ्या परिचयाची आहेत. विषाद वाट्याला येऊनसुद्धा ती नवी शिखरं पाहत आहेत. कृष्णानं विषादालाही 'योग' म्हटलं आहे, ते ह्या अर्थानं. माझा मूळ पिंड झटकन उदास होणारा आहे. मनातलं नैराश्याचं पारडं नेहमी खालच्या बाजूला असतं. मनावर झालेला नगण्य आघातही माझ्या मनात वाहती जखम ठेवून जातो. मनाची जी ठेवण आहे, ती सांगितली. कोणत्याही माणसाच्या आक्षेपार्ह कृतीमुळं मला क्षणिक संताप येतो, पण त्याच्या कितीतरी पटीनं दीर्घ काळ दुःखच होत राहतं. विषाद-योगाचा मी चालताबोलता बळी आहे. तरीही कृष्णाप्रमाणे मी त्याला 'योगच' म्हणतो. का?
ओशोंच्या गीतेवरच्या कॅसेट्स ऐकल्यामुळे मला माझ्या वृत्तीचा शोध लागला. ते म्हणतात,
"विषाद जेव्हा वर्तुळाकार होतो आणि माणूस त्या आवर्तातच फिरत राहतो, तेव्हा तो 'योग' होत नाही. तो आत्मघाती होतो. प्रगती खुंटते. उत्कर्ष अंतर्धान पावतो. पण विषाद जेव्हा एखाद्या वाहत्या प्रवाहाचं रूप घेतो, तेव्हा तो 'धार्मिक' होतो."
म्हणूनच पाल टिलीकचं विधान अर्धसत्य आहे; संपूर्ण सत्य नाही.
ओशोंचं विश्लेषण हा आता प्रचितीचा हिस्सा आहे. आनंदाच्या महोत्सवातदेखील मी अंतर्यामी खिन्न का असतो, ह्याचं उत्तर मला त्रेसष्टाव्या वर्षी मिळतंय. सत्तावीस वर्षांची नोकरी 'क्रिएटिव्ह' वर्गातली होती. नवं डिझाइन सुचणं ही रोषणाई होती. पस्तीस वर्षांत चोपन्न पुस्तकं, सतराशे-अठराशे कथा-कथनाचे कार्यक्रम, सहा वेळा परदेशांत कार्यक्रम हे सगळं घडवणाऱ्या शक्तीनं विषादाच्या वर्तुळाचं सरळ रेषेत केलेलं रूपांतर होतं. पुन्हा त्याचं वर्तूळ व्हायला वेळ लागत नसे. आज हे जास्त जाणवतं, ह्याचं कारण हार्ट-डिसीज, विधुरावस्था, एकटेपण. आता मी अनेक तास वर्तुळातच असतो. संगीत, साहित्य, फोटोग्राफी, कथा-कथन कशातच मन लागत नाही. तरीसुद्धा 'आपण सारे अर्जुन' लिहिताना वर्तूळ नाहीसं होतं. लेखनाची शक्ती येते.
हे माझं आत्मचरित्र नव्हे, ह्याची मला जाणीव आहे. पत्नीचा वियोग अजून पचवता आलेला नाही; पण हे लेखन करताना आत्मप्रचितीचा अनुभव येतो, एवढं नक्की!
आज मी अनेक कॅन्सर पेशंट्स पाहतोय. सोळा वर्षं डायलिसिसवर असलेला माझा मित्र किशोर पोळ; त्याला जवळून पाहतोय. विषाद-योगाचं चालतंबोलतं प्रतीक

म्हणजे किशोर पोळ! संपूर्ण पोखरलेल्या शरीरात सळसळतं चैतन्य खेळताना पाहतोय. नैराश्याचा वा मरणाचा उल्लेखही मी त्याच्या तोंडी आजवर ऐकलेला नाही. 'जसलोक'च्या वाऱ्या चालू आहेत, पण ओठांवर शीळ असते.

पाल टिलीकच्या तत्त्वज्ञानाला त्यानं हादरा दिला आहे. आत्मघाताच्या विचारांनी माझ्या मनात पिंगा घातला आहे, म्हणूनच मला 'अर्जुन' भावलाय. दुसऱ्याची हत्या करावी लागणार, ह्या विचारानं जो निष्क्रिय झालाय तोच माणूस. तोच धार्मिक असून 'धर्म' न मानणारा. तो युधिष्ठिरापेक्षा श्रेष्ठ!

शस्त्रापेक्षा वाणी जहरी. आपण दिवसाकाठी किती हिंसाचार करतो, हे प्रत्येकानं आठवावं. स्वत:च्या स्वास्थ्यासाठी पत्नीचा अंत पाहणारे नवरे आपल्याच आसपास वावरत आहेत. स्वत:च्या निरागस मुलांचा कंटाळा करणारी, स्वत:च्या सुखासाठी प्रसंगी त्या अजाण लेकरांना उपाशी ठेवणारी बाई आणि तिच्या स्वार्थी, सुखलोलुप वृत्तीपायी संसाराला चूड लावणारी ती व्यक्ती पाहण्याचं दुर्भाग्यही माझ्या नशिबी आलेलं आहे. त्या त्या प्रत्येक वेळी माझ्या विषादाच्या सरळ रेषेचं वर्तुळात रूपांतर झालेलं आहे. त्या परिवारानं मदतीसाठी हाक मारली, म्हणजे मध्यरात्रीपण धाव घ्यावी लागते. सोबतीला 'सॉरबिट्रेट' असते. ती बाई विषादाच्या वर्तुळात राहत नाही, तर स्वत:च्या वर्तनानं ते वर्तूळ निर्माण करते. तिची मजबुरी जाणून घेण्याच्या खटाटोपात मला निद्रानाश जडला आहे.

एक अर्जुन दुसऱ्या अर्जुनाला काय सावरणार?

'दु:ख वा वेदना' असह्य होताहेत हे जो सांगतो, तेव्हा तो असहायता सांगण्यासाठी तरी हयात असतो. ह्याचा अर्थ दु:ख सहन करायला अजून 'मार्जिन' आहे. खरं असह्य दु:ख आत्मघातच करायला लावतं किंवा आत्मक्रांती होते. लिलाव पुकारण्यायोग्य जुना आत्मा इथं चालणार नाही. आत्मक्रांती म्हणजे जुना आत्मा फेकून देणं. नाहीतर मग पाल टिलीकसारखं म्हणावं लागेल,

"आत्महत्या म्हणजे परिपूर्ण धार्मिकता आहे."

बुद्ध, महावीर अशा थोर लोकांची महती का गायची? जीवनातल्या वैफल्याची पहिली ठिणगी मनात पडताच आत्महत्येऐवजी त्यांनी आत्मक्रांतीची कास पकडली. हे धाडस माझ्यात नाही. म्हणूनच लेखन, कथन आणि इतर देणग्यांचा नियतीनं माझ्यावर वर्षाव केल्यामुळं मी माझ्या कलागुणांचं श्रेय स्वत:कडं घेत नाही. जे. कृष्णमूर्ति म्हणतात, त्याप्रमाणे हे माझ्या आयुष्यातलं HAPPENING आहे. म्हणूनच मी कुणालाही माझ्यासमोर वाकून नमस्कार करू देत नाही. तो नमस्कार मला नसतो हे जाणूनसुद्धा!

असं असूनही आत्मक्रांतीची वाट मला हुलकावण्या का देते? विषाद-योगाची रेषा कायम सरळच का राहत नाही? वारंवार एखाद्या स्प्रिंगप्रमाणे ती वर्तुळाकार का होते?

पाल टिलीकचं वक्तव्य अर्धसत्य आहे, कारण तो ख्रिस्ती धर्माचा भाष्यकार आहे. ख्रिस्ती लोकांनी येशू ख्रिस्ताची प्रतिमा सातत्यानं आपल्यासमोर टिकवली आहे. येशूला सुळी देण्यात आलं. त्याचा चेहरा दु:खानं झाकोळलेला आहे. हातां-पायांत खिळे ठोकले जात असताना कुणीही हसू शकणार नाही. तो वेदनांनी तडफडणारच. 'नैनं छिन्दन्ति शस्त्राणि' हे वर्णन आत्म्याचं आहे, जो आजतागायत कुणीही पाहिलेला नाही. प्रतिभासंपन्न माणसाला त्या प्रतिभेचा आविष्कार करण्यासाठी शरीराचंच साहाय्य घ्यावं लागतं. मनात विचार आहेत, पण हाताचं बोट जर कापलं गेलं असेल, चाकूची जखम असेल, तर हातात पेन धरणार कसं? लेखनिक मिळाला तर उत्तम. उत्तम लेखनिक मिळण्याची शाश्वती नाही. तरीही लेखनिक मिळणं म्हणजे त्याचे हातच मिळवायचे ना? येशूचं त्या क्षणी काय झालं असेल? एक विचार नष्ट करायचा म्हणजे विचारवंतच मारावा लागतो. माणूस किती क्रूर, हिंस्त्र आहे, ते अशी कुणाची हत्या झाली की कळतं. कालांतरानं त्याचे पुतळे उभे करणाराही समाजच असतो. पुतळे उभे राहतात आणि पिंडाला न शिवणारे कावळे त्या पुतळ्यावर बसून त्याची विटंबना करतात आणि ढोंगी राज्यकर्त्यांना वर्षातून एकदा पुतळ्यांना हार घालण्यासाठी निमित्त मिळतं. समाजकंटकांना पुतळ्याची विटंबना करण्याची संधी मिळते आणि निधर्मी राज्यात जातीय दंगे होतात. ज्यांचे पुतळे उभारण्यात आले आहेत, त्यांनी हिंसा करू नका, हेच सांगितलं असताना 'हमारा नेता अमर रहे' असं पुतळ्यांकडे पाहत म्हणायचं आणि एके-४७पासून 'चॉपर'पर्यंत सगळी हत्यारं वापरायची. सत्ताधाऱ्यांनी अश्रुधुरांची नळकांडी फोडून जनतेच्या डोळ्यांत धूळफेकीची नळकांडी सोडायची.

येशू कसा हसणार? म्हणूनच ख्रिस्ती समाजासमोर येशूची हसणारी, नाचणारी-गाणारी प्रसन्न मूर्ती नाही. सत्‌चित्‌आनंद ही घोषणा त्यांच्यापाशी नाही. म्हणूनच 'क्रॉस' हे त्यांचं प्रतीक झालं. वर्तुळाकार विषाद! त्या अर्थानं परमेश्वराचं अस्तित्व नाकारणाऱ्या बर्ट्रांड रसेलला अर्थहीनता किंवा एकाकीपण, शून्यावस्था ह्याचा बोध व्हायला हरकत नव्हती. तसं का झालं नाही?

नास्तिकतेतही दोन प्रवाह आहेत. एका वर्तुळात स्वत:ला बंदिस्त करणारी नास्तिकता आणि वाहत्या प्रवाहाप्रमाणे खळाळणारी नास्तिकता.

ज्याची जीवनधारणा नकारात्मक आहे, तीतून अंकुर फुटत नाहीत. त्यात जीवनाचा विकास नाही. पन्नास वर्षं हा कालखंड लहानसहान नाही. एवढ्या प्रचंड कालखंडाला भारताच्या जवळजवळ नव्वद कोटी लोकसंख्येनं गुणलं, तर किती होतात, ह्याचा विचार मानवी मेंदूपल्याड आहे. ह्या सगळ्यांचा 'विषाद' वर्तुळाकार आहे. त्याचं सरळ रेषेत रूपांतर करणारा नेता पन्नास वर्षांत भेटला नाही. स्वत:च्या विषादाला सरळ रेषेचं रूप देऊन त्यांनी प्रवास केला आणि आपलं कल्याण करून घेतलं.

रसेल खऱ्या अर्थानं नास्तिक नाही. कारण तो प्रेम मानतो. रसेलइतका रसिक सापडणं मुश्कील! त्याचे किती बायकांशी प्रेमसंबंध होते, ह्याची चर्चा भ्याड लोकांनी करावी. जो प्रेमभावनेचा स्वीकार नव्हे, आदर करतो, तो मनाच्या खोल गाभ्यात आस्तिकच असतो. रसेलसारखा माणूस देवळात जाऊन घंटा बडवणार नाही; पण केवळ घंटा बडवून मोठमोठ्या आवाजात मंत्रपुष्प म्हणतात किंवा लाउड-स्पीकर्स लावून अल्लाच्या नावानं टाहो फोडून परिसरातल्या नागरिकांना फक्त उपद्रव देतात, त्यांना आस्तिक म्हणायचं का? ज्याच्या अंतर्मनात कृष्णाच्या प्रेमाची बासरी अखंड वाजते आहे, त्याचं संपूर्ण आयुष्य किंवा तो स्वत: प्रार्थनेपासून, परमात्म्यापासून दूर नाही. अशांचा जीवनपथ भक्तिरसाच्या सड्यानं ओथंबलेला 'हाय वे' आहे. शास्त्रग्रंथ वाचून जो भाविक झाला आहे, त्याच्याइतका आत्मवंचक सापडणार नाही. परमेश्वर म्हणजे लहान मुलांची भातुकली नव्हे. आई-वडलांनी त्याचं अस्तित्व बालपणापासून मुलांवर लादलं, म्हणून त्याचं अस्तित्व जाणता येत नाही. मलाही त्याची प्रचिती नाही. म्हणून परमेश्वराची संकल्पना मीही मांडू शकणार नाही. म्हणूनच हे लेखन करीत असताना 'कृष्ण' नावाची व्यक्तीची जी मूर्ती माझ्यासमोर आहे, ती 'पूर्णत्व' ह्या दृष्टिकोनातून. परमेश्वराच्या सगळ्या अवतारांत फक्त कृष्णालाच 'पूर्णावतार' म्हटलं आहे.

पूर्णत्व म्हणजे तरी काय? ते व्यक्तिसापेक्ष आहे का? तसं असेल, तर प्रत्येक जीव मर्यादांनी बद्ध. मर्यादांची, अज्ञानाची जेवढी जास्त विपुलता, विशालता, तेवढ्या प्रमाणात एखाद्याला कोणतीही मामुली गोष्ट परिपूर्ण वाटेल. वास्तवाशी इमान राखणं अत्यंत आवश्यक! वास्तव म्हणजे नेमकं काय?

स्वत:ची पात्रता.

समाजात आपण आपल्याबद्दल जी प्रतिमा उभी केली असेल किंवा आपल्या आणि समाजाच्याही नकळत आपली जी प्रतिमा तयार झाली असेल, ती पुसण्याचं सामर्थ्य आपल्यात पाहिजे. एकान्तात, एकाकीपणात प्रत्येकानं आत डोकावून पाहावं. जाहीरपणे मान्य करण्याचं सामर्थ्य नसेल, तर तीही वास्तवता. स्वत:ची स्वत:ला संपूर्ण ओळख असते, कारण माणूस स्वत:पासून पळू शकत नाही.
स्वत:च्या सावलीवर जो भाळला, तो फसला!
एक मांजर सकाळी रस्त्यावर आलं. सूर्याच्या तिरक्या किरणांमुळं मांजराला स्वत:ची लांबपर्यंत पसरलेली सावली दिसली. मांजर म्हणालं,
"आज कमीतकमी एखादा घोडा मारून खाल्ल्याशिवाय भूक भागायची नाही."

सूर्य वरवर येऊ लागला. सावलीकडं पाहून मांजर म्हणालं,
"घोड्याची काही जरुरी नाही. एखादी शेळीसुद्धा चालेल."
सूर्य आणखी वर आला. सावलीची लांबीही त्या प्रमाणात कमी झाली. मग मांजर
म्हणालं,
"एखादा ससाही चालेल."
ऐन दुपारी सावली पायांतळीच आली. तेव्हा मांजर व्याकूळ होत म्हणालं,
"फक्त एक उंदराचं पिल्लू पुरे."
व्याकुळावस्थेत स्वतःची जी ओळख होते, ती 'वास्तवता'; स्वतःची ओळख. त्या
प्रमाणातच प्रत्येकाची 'पूर्णत्वा'ची व्याख्या वेगळी असणार.

एखाद्या कलाकृतीत कोणत्याही माणसाला कुठलाही पर्याय किंवा बदल सुचवता
येत नाही, तेव्हा ते 'पूर्णत्व'.

त्या अर्थानं कृष्ण म्हणजे पूर्णावतार.

अशा पूर्णावताराशी झुंज देणं सोपं नाही. प्रश्नामागून प्रश्न उपस्थित करणं योग्य
आहे, असं कोण म्हणेल? तरीही अर्जुनाची प्रश्नमालिका संपत नाही. खरंतर
कृष्णाकडं नुसतं पाहिलं तरी संमोहित व्हावं. तो सांगेल ते तत्क्षणी ऐकावं, असं
त्याचं व्यक्तिमत्त्व. बुद्धिमत्ता प्रखर आणि मन म्हणजे करुणासागर! पण हे सगळं
विसरून अर्जुनाची प्रश्नमालिका उपस्थित करण्याची हिंमत कशी झाली?
एकच कारण.
तो नास्तिक नाही. तो अंतर्बाह्य आस्तिक आहे. तो ढोंगी नाही. एखाद्या बालकाप्रमाणे
त्याचे प्रश्न निर्व्याज आहेत.
कारण तो सामान्य आहे.
तुमचा-आमचा प्रतिनिधी आहे.
अमर नाईक वीस वर्षं सापडत नाही, ह्याचं तुमचं आणि माझं आश्चर्य संपायच्या
आत, 'केंद्रीय दूरसंचारमंत्री ह्यांच्या घरी तीन कोटींची संपत्ती सापडते!' या मथळ्याची
बातमी धडकते.

तुम्ही आणि मी अर्जुनच राहणार आहोत.

चोवीस

बर्ट्रांड रसेल असो की सार्त्र असो किंवा बुद्ध, महावीर, येशू, कृष्ण आणि ज्यांच्यापासून प्रेरणा मिळाली ते माझ्या बाबतीतले ओशोही असोत; ह्या सगळ्या व्यक्ती नाहीत, तर वृत्ती आहेत. मी स्वत:ला अर्जुन समजेन किंवा खास प्रसंगी 'डी-लक्स' अर्जुन होईन. ह्या व्यक्ती होऊन गेल्या आहेत. व्यक्ती येतात आणि जातात. ज्या वृत्तींचं त्या प्रतिनिधित्व करतात, त्या वृत्ती चिरंतन असतात. वेगवेगळ्या असंख्य माणसांच्या रूपानं युगानुयुगं 'वृत्तीच' विचाररूप धारण करतात. व्यक्ती-धारा एकरूप होत नाहीत. 'वृत्ती' एकरूप होतात. म्हणूनच पाच हजार वर्षांपूर्वीचा कृष्णही आपला सगा होतो आणि सातशे वर्षांपूर्वीचे ज्ञानेश्वरही.

हीच धार्मिकता; युगानुयुगं टिकणारी. संस्कृती म्हणजे विचारधारणेचा अखंडित प्रवाह. तो खंडित होतो, तो कधी?

त्यात राजकारण आलं की. राजकारण म्हणजे सत्ता; आणि विसाव्या शतकाचं नातं भ्रष्टाचाराशी जोडलं गेलं आहे. सत्ता म्हणजे भ्रष्टाचार आणि भ्रष्टाचार म्हणजे हिंसा. म्हणूनच राजकारणी पुरुष धार्मिक असू शकत नाही आणि धार्मिक माणूस राजकारणी होत नाही.

खऱ्या धर्माचं नातं असतं श्रेयसशी.

राजकारणाची सोयरीक असते प्रेयसशी.

'PUBLIC MEMORY IS SHORT' हे राजकारणी लोकांचं भांडवल. नगरवाला प्रकरण, बोफोर्स, भास्कर वाघ, एन्रॉन, हवाला, सुखराम आणि ताजा विषय रमेश किणी. PUBLIC MEMORY IS SHORT ह्यावर माझा विश्वास नाही. 'PUBLIC MEMORY IS DISABELED' असं म्हणणं योग्य ठरेल.

तुम्ही फिर्यादी कराल; तुम्हांला तारखा मिळतील; तुमच्या हयातीत न्याय मिळेल ह्याची शाश्वती नाही. माझ्या एका वकील मित्राच्या मालकीच्या जमिनीचा खटला वीस वर्षं चालला आहे. शिवाजी महाराजांच्या शिवशाहीत असं काही घडल्याचं ऐकिवात नाही. रामाला वनवासाची शिक्षा दिल्यावर त्यानं 'स्टे ऑर्डर' आणली नाही. कारण तो मातृपितृधर्म मानणारा होता; राजकारणी नव्हता. त्यानं रावणाला निषेध-खलिते पाठवले नाहीत. लंकेवर चाल केली. कारण तेव्हा तो राजकारणी होता. आपण राजकारणी की धार्मिक हे शपथ घेण्यापूर्वीच ठरवायचं असतं.

अर्जुन धार्मिक होता. पावलापावलागणिक प्रश्न विचारीत राहिला. नातेवाइकांना मारून राज्य का मिळवायचं, हा प्रश्न तो वारंवार का विचारतो? ते विचारणं खोटं आहे. माणूस प्रत्येक प्रसंगी स्वत:च्या स्वास्थ्याचा विचार करतो. निरपेक्ष सेवाभाव

हाही फसवणुकीचा भाग आहे. निरपेक्षतेमधून जो क्षणिक सुखाचा कवडसा छाती फुगवून जातो, त्या आनंदासाठी 'निरपेक्ष' हा शब्द. ह्या संदर्भात मार्क ट्वेनची हकिकत आठवते. इथंही मार्क ट्वेन ही वृत्ती आहे. तो आपल्या गाडीतून स्वत:च्या घरी जात होता. बरोबर मित्र होता. मार्क ट्वेननं गाडीतून बाहेर पाहिलं. कुत्र्याचं एक पिल्लू एका डबक्यात पडलं होतं. बाहेर पडण्यासाठी, जीव वाचवण्यासाठी ते तडफडत होतं. मार्क ट्वेनची गाडी तोपर्यंत फर्लांगभर पुढं गेली होती. त्यानं ड्रायव्हरला गाडी मागं घ्यायला लावली. तो गाडीतून खाली उतरला. चिखलात लडबडलेल्या पिल्लाला त्यानं रस्त्यावर आणून ठेवलं. मार्क ट्वेनचा मित्र सोबत होता. मार्क ट्वेनचंच लाडकं तत्त्वज्ञान त्यानं मार्क ट्वेनसमोर मांडलं.

''माणूस प्रत्येक गोष्ट आपल्या स्वार्थासाठी आणि आनंदासाठी करतो ना?''

''अर्थात!''

''ह्या पिल्लाचे प्राण विचारात घेऊन त्याला वाचवण्यात तुझा स्वार्थ कोणता होता?'' मार्क ट्वेन म्हणाला.

''घरी गेल्यावर झोप येण्यापूर्वी मला हे तडफडणारं पिल्लू दिसत राहिलं असतं. मी माझी पाच मिनिटं खर्च करून थोडे कष्ट घेतले असते, तर आज एक जीव वाचवू शकलो असतो, असल्या विचारांपायी मला झोप आली नसती. एक, आजची रात्र शांत झोप मिळावी म्हणून मी त्याचा जीव वाचवला. मी माझ्या एका रात्रीच्या विश्रांतीचा विचार केला, हाच स्वार्थ.''

अर्जुनाला 'राज्यासाठी राज्य' नकोय. आपल्याला राज्य मिळालं, हे आप्त-स्वकीयांना समजण्यातला आनंद पदग्रहणापेक्षा मोठा आहे, हे दाखवून देण्यासाठी समोरचा माणूसही तेवढ्याच तोलामोलाचा लागतो.

एखादी महाराणी रथातून चालली आहे. अंगावर भारी वस्त्रालंकार, आभूषणं, शालूशेले अशा थाटामाटातच ती जाणार. रस्ते झाडणाऱ्या झाडूवालीचंही लक्ष इतरांप्रमाणे राणीकडंच जाणार; पण ती त्या राणीशी स्पर्धा करण्याच्या भानगडीत पडणार नाही. तिला राणीत आणि तिच्यात जे कापता न येणारं अंतर आहे, त्याचं वैषम्यही वाटणार नाही. पण तिच्या शेजारीच राहणाऱ्या दुसऱ्या झाडूवालीनं चार काचेच्या बांगड्या जास्त घेतल्या, तर तिची झोप उडेल. माणसाच्या इच्छेला आणि महत्त्वाकांक्षेलाही मर्यादा असतात. त्याला परिचित समाजातच उच्चस्थान हवं असतं. येशू ख्रिस्ताला त्याच्या गावकऱ्यांनी मोठं मानलं नाही. जंगलातली लाकडं तोडीत तोडीत तो त्यांच्याचदेखत लहानाचा मोठा झाला. स्वामी विवेकानंदांचं अमेरिकेत जेवढं स्वागत झालं, मानसन्मान मिळाला, तेवढा कोलकात्यात कुठं मिळाला?

तेच रामतीर्थांचं झालं. अमेरिकेनं त्यांना उचलून धरलं, त्यांच्या ब्रह्मज्ञानाचा आदर केला; पण काशीत राहणाऱ्या एका पोपटपंची करणाऱ्या पंडितानं 'संस्कृतमधली एखादी ऋचा तरी येते का? म्हणून संभावना केली आणि रामतीर्थ खरोखरच संस्कृत शिकायला लागले.

'मला राज्य नको' म्हणणारा अर्जुन सरळसरळ खोटं बोलतो आहे. खोटं बोलणं हे एकदा रक्तात मुरलं, हाडं-मांस-मज्जा-रक्तवाहिन्यांप्रमाणे 'ॲनॉटॉमी'चाच एक भाग झालं की, तो खोटेपणा ज्याचा त्यालाही कळत नाही. झोपेत आणि जागेपणीचे एकूण एक व्यवहार करताना आपण श्वास घेत आहोत, ह्याचा आपल्याला पत्ता तरी लागतो का? आपल्या एखाद्या खोट्या समर्थनाचा आपल्याला बोधही होत नाही, इतके आपण असत्याशी एकजीव होतो.

'माझ्या जिवाची सगळी लावतोड तुमच्यासाठी होते आहे, त्याचा तुम्हांला पत्ता तरी आहे का? हे सगळं चाललंय ते कुणासाठी?' असा प्रश्न घरोघरी बायका आपल्या नवऱ्यांना विचारतात.

त्याचप्रमाणे,

'दिवसभर नोकरी करतोय, त्याशिवाय ब्रोकरचं काम करतोय किंवा पार्टटाइम जॉब करतोय, क्लासेस चालवतोय ही सगळी धडपड कुणासाठी करतोय? रक्ताचं पाणी करतोय.' असली विधानं नवरेही करतात.

हा सगळा बकवास आहे. रक्ताचं खरोखरच पाण्यात रूपांतर झालं, तर ते रक्तदानच! प्रत्येक जण जाता-येता RBC/WBC/ टोटल काउण्टच्या तपासण्या करून घेईल. बायकोसाठी जीव गहाण ठेवणाऱ्या नवऱ्यापासून त्याच्या बायकोनं घटस्फोट मागितला तर?

'आत्मनस्तु कामाय सर्वं प्रियम् भवति।' हे नारदाचं वचनच खरं. नवऱ्याच्या आवडीचा पदार्थ करून वाढण्यात जोपर्यंत पत्नीला आनंद आहे, तोपर्यंतच ती तो पदार्थ करते. एकूण एक नात्याच्या, मित्रांच्या बाबतीत हे एकमेव सत्य आहे.

'राज्यावर येण्यातच काही अर्थ नाही.' असं अर्जुन मानत नाही. वेगवेगळे प्रश्न विचारणारा अर्जुन समजला, तरच कृष्णाची वेगवेगळी उत्तरं समजतील.

अर्जुनाचे सगळे प्रश्न भौतिक सुखाच्या भोवतीच फेर धरून आहेत आणि तेही एका दृष्टीनं लाभदायकच आहे. भौतिक गोष्टींच्या मागं लागल्याशिवाय 'त्यात काही अर्थ नाही' अशा निष्कर्षापर्यंत माणूस येणारच नाही. भौतिक सौख्याची सर्वांत महान देणगी म्हणजेच 'विषाद, नैराश्य'.

'भौतिक सौख्य' इतका मोठा शब्दही वापरायचं कारण नाही. अमुक एक काम

करण्यात मोठा आनंद आहे किंवा एखाद्या विशिष्ट व्यक्तीशी गप्पागोष्टी केल्याशिवाय चैन पडत नाही. प्रत्येकाच्या वृत्तीनुसार त्याचं हरवणं, सापडणं, हुरहूर वाटणं हे सगळं भावविश्व स्वतंत्र असतं. ह्या अनंत प्रवासात कितीतरी मित्र भेटतात. 'ह्या माणसाशिवाय मी जगू शकणार नाही' असं वाटायला लावणारी अनेक माणसं एक ठरावीक कालखंड सुगंधित करून जातात. आयुष्याला गती देतात. 'जगावं, असं काहीतरी आहे' असं वाटायला लावतात. काही काही जणांना एका ठरावीक हॉटेलमधलं जेवण आवडतं. नंतर नंतर अतिपरिचयानं म्हणा किंवा आपल्या सुखाच्या व्याख्या बदलतात म्हणून समजू या, आपण त्याच ठिकाणी फार काळ रमत नाही. तेच माणसांच्या सहवासाच्या बाबतीतही घडतं.

आपण जेव्हा प्रेमात पडतो, त्या वेळची स्वत:ची अवस्था कशी झालेली असते, हे प्रत्येकाला माहीत आहे. लग्नानंतर काय होतं? दोघांचेही आनंदाचे, सुखाचे रंग बदलतात; वेगवेगळे होतात. प्रेमाची गरज ही जेव्हा आनंदाची संयुक्त व्याख्या असते, संकल्प एक असतो, एकच मंदिर असतं, तेव्हा पायवाटही एकच असते. ती पूर्ण परिचयाची होते. 'थ्रिल' नाहीसा होतो. हाताशी असलेल्या सुखात एक सुरक्षितता असते. पिंजऱ्यातला पोपट किंवा 'फिश टँक'मधले मासे आता कुठं जाणार, अशी अवस्था झाली की, आपण पिंजऱ्यापाशी किंवा माशांकडं किती काळ बघत राहतो?

नवीन वाहन घेतलं की, आठ-दहा दिवस आपण स्वत: धुतो. कालांतरानं कपड्याचे चार-पाच फटके मारून भागवतो. हेच थोड्या-फार फरकानं प्रत्येक बाबतीत. नावीन्याला सर्वांत मोठा शाप परिचितपणाचा. स्वत:च्या दोन-तीन वर्षांच्या अपत्याचे लडिवाळ चाळे किंवा हालचाली ह्यांतही माणूस किती काळ रमतो? आनंदाला फक्त एकच दिशा असते. ती दिशा 'स्वत:ची दिशा.' म्हणूनच सगळ्या गोष्टींतला रस तत्काळ संपतो किंवा सुखवणाऱ्या एकूण एक गोष्टींच्या वर्तुळानं घेरूनही माणूस अस्वस्थ असतो.

जोपर्यंत माणूस आजूबाजूच्या आनंदात रमतो, तोपर्यंत तो परमात्म्यापासून लांब असतो. सुखाच्या शिडीच्या एकेका पायरीवर अल्प काळ तो मुक्काम करतो. अल्प काळ म्हणजे किती काळ? उबग आणणारा क्षण उगवेपर्यंत म्हणूनच कोणता माणूस कोणत्या पायरीवर किती काळ रमेल, हेही सांगता येत नाही.

परमात्मा हा शब्द लेखणीतून निसटला. कोणत्याही बाह्य साधनांची, माणसांची आनंदनिर्मितीसाठी गरज न पडता माणूस स्वत:च्या निव्वळ अस्तित्वावर शांत, स्थिर होत असेल, स्वत:तच रममाण होत असेल, स्वत:सकट सगळ्या विश्वाच्या उपस्थितीवर

प्रसन्न होत असेल, तेव्हा ती परमात्मावस्था असेल, असं ह्या क्षणी मला वाटतं.

युनानी भाषेत 'सिसिफस' ह्या नावाची कथा आहे.

मुसानं त्याला एकच काम सांगितलं. एक भला मोठा दगड ढकलत-ढकलत एका टेकडीच्या शिखरापर्यंत न्यायचा. तिथं पोहोचल्यावर तो दगड परत खाली पडायचा. दगड खाली आला की, पुन्हा तोच दगड वरपर्यंत न्यायचा. हे आयुष्यभर पुरणारं काम होतं. प्रत्येक वेळेला सिसिफस 'ह्या वेळेला आपण नक्की जिंकणार!' असं म्हणत हे काम करत राहिला.

'बघा, मी जिंकलो की नाही?' असं त्याला देव-देवतांना सांगायचं होतं; पण प्रत्येक वेळेला दगड आपोआप खाली येत राहिला.

ही कथा ऐकल्यावर कुणीही असं म्हणेल – हा माणूस महामूर्ख आहे. हा उद्योग अथक करण्यापेक्षा हा पायथ्याशीच का बसून राहत नाही?

आपल्या सगळ्यांचं हेच होतं. पायथ्याशीच राहण्यामध्ये कल्याण आहे, ह्याचा शोध लागला की, आयुष्यात धर्माचा उगम झाला, असं समजावं. कारण आपण सगळेच सिसिफस आहोत. प्रत्येकाची कहाणी वेगळी असेल, पहाड वेगवेगळे असतील, त्याचप्रमाणे दगडही. आपण तेच तेच काम सातत्यानं करत राहतो. प्रत्येक वेळेला म्हणत राहतो की, माझ्या हातून काहीतरी चुकलं असेल. पुढच्या वेळेला दुरुस्ती करू. पुन्हा यश मिळालं नाही की, माणूस केव्हातरी थकतो. ह्यात सुख असेल किंवा त्यात सुख असेल, असं म्हणत आयुष्यभर सुखामागं पळत राहतो. शेवटी हातात वैफल्यच येतं. असा अनुभव आला, म्हणजे तो चिरंतन सुखाच्या शोधामागं लागतो. विफलता हेच अध्यात्माच्या दिशेनं टाकलेलं पहिलं पाऊल. म्हणूनच भौतिक सुखाच्या मागं लागलेल्या माणसाला अधार्मिक म्हणता येणार नाही. शाश्वत सुखाचीच ती चुकलेली वाट आहे.

लाओत्से नेहमी असं म्हणत असे, ''शास्त्र वाचून माणसाला काहीही मिळत नाही.'' आणि तरीसुद्धा त्याचे समकालीन त्याला म्हणत असत, ''तुम्ही शास्त्रांचा पुष्कळ अभ्यास केला आहेत. त्यात तुम्हांला काय मिळालं?''

लाओत्से तेव्हा सांगत असे,

''शास्त्रग्रंथ वाचल्यानंच त्यातून काहीही मिळत नाही, हा मला जो शोध लागला, तोच अत्यंत मौलिक आहे.''

हाच न्याय स्वतःच्या आयुष्याला लागू केला, तर सुखाच्या शोधासाठी इकडं-तिकडं भटकण्यापेक्षा प्रत्यक्ष जीवनात, अस्तित्वात जे सुख आहे, त्याचा शोध लागल्याशिवाय राहणार नाही. सौख्यात कुठलंही सुख नाही, ह्याचा उलगडा

झाल्यावर माणूस शांतीत सुख शोधायला लागतो. बाहेर कुठंही सुख नाही म्हटल्यावर माणूस अंतर्दिशेकडं वळतो. एवढ्यासाठीच 'राज्यामध्ये काय सुख आहे?' 'प्रियजनांना मारण्यात काय सुख आहे?' ह्या तऱ्हेचे प्रश्न अर्जुन वारंवार विचारतो. ह्याचा अर्थच हा आहे की, त्यानं परम शांतीच्या प्रवासाला प्रारंभ केला आहे. ह्याच एका कारणासाठी भगवद्गीता हा अध्यात्मावरचा ग्रंथ नसून मानसशास्त्रावरचं विशाल भाष्य आहे.

पंचवीस

भगवद्गीतेला 'मानसशास्त्रावरचा' पहिलावहिला ग्रंथ का मानायचं? मन म्हणजे आत्मा नव्हे. मन म्हणजे मन. त्याच्यावरचा 'गीता' हा ग्रंथ म्हणणं, म्हणजे त्या लेखनाचा अध:पात झाला आहे, असं मानण्याचं काहीच कारण नाही. माझ्यासकट सगळी माणसं जास्तीतजास्त मनापर्यंत पोहोचू शकतात. विसाव्या शतकातले 'सायकिआट्रिस्ट'सुद्धा मनाच्याच जडणघडणीचा अभ्यास करून औषधोपचार सुचवतात. मी तर अनुभवानं सांगतो की, पेशंट्सप्रमाणेच तेही अंधारातच चाचपडत असतात. एका ठरावीक सीमारेषेपलीकडे तेही जाऊ शकत नाहीत. 'पर्सनॅलिटी पॅटर्न' म्हणून सोडून देतात. माझ्यासमोर एका सायकिआट्रिस्टनं पेशंटला सांगितलं, ''मी तुम्हांला कोणतंही औषध सुचवणार नाही. काय चांगलं आहे आणि काय वाईट आहे, ह्यांतलं साधक-बाधक तुम्ही अनुभवलेलं आहेत. त्याचे भरपूर फटकेही खाल्लेले आहेत. आयुष्य तुमचं आहे. ते कोणत्या पद्धतीनं जगायचं, ते तुम्ही ठरवा. कल्याण करून घेणं किंवा वाटोळं करणं, हे तुमच्या हातांत आहे. तुम्ही कर्तेसवरते आहात. श्रेयस आणि प्रेयस ह्यांतला फरक जाणता. कोणत्या रस्त्यानं जायचं, हे तुम्ही ठरवा. जे प्रेयस आहे, तेच सहसा श्रेयस ठरत नाही. 'प्रायोरिटी' तुम्ही ठरवा.'' असं सांगून किती पेशंट्ससमोर सायकिआट्रिस्टनं माघार घेतली असेल, हे सांगता येणार नाही.

सायकिआट्रिस्ट हाही माणूसच आहे. कन्सल्टिंग फी घेऊन त्याला संसार करायचा आहे.

कृष्णाच्या बाबतीत 'प्रॅक्टिस'चा सवालच उद्भवत नाही. त्यानं अर्जुनाकडं कन्सल्टेशन चार्जेस मागितले असते, तर अर्जुनाला त्याच्यापेक्षा युद्ध परवडलं असतं आणि शंखनाद होताक्षणी त्यानं सटासट बाणांचा वर्षाव केला असता. असला व्यावहारिक सौदा नसल्यामुळंच 'गीतेला' मागं सारणारा ग्रंथ आजतागायत निर्माण झालेला नाही. गीतेवर प्रवचन करणाऱ्यांची अनेक दुकानं आज सराफांसारखी चालली

आहेत; पण त्यांपैकी कुणीही 'कृष्ण' होऊ शकला नाही.

अध्यात्माचं काही शास्त्र नाही, पण मनःशास्त्र आहे. हे मनःशास्त्र तुम्हांला आणि मला अध्यात्माच्या आळंदीपर्यंत न्यायला जरूर मदत करील; पण खुद्द शास्त्राच्या आधारानं अध्यात्म सिद्ध होणार नाही.

अध्यात्माची यात्राच मनाच्या पलीकडची यात्रा आहे. अध्यात्माच्या सीमारेषेला मनानं स्पर्श केला की, मनाचा प्रवास संपला. त्या रेषेपलीकडचं जर अज्ञात असेल, तर ते शास्त्रात कसं येईल?

आपण शुद्ध व्यावहारिक दैनंदिन जीवनातलं रेल्वे टाइमटेबलचं उदाहरण घ्यावं, असं मला वाटतं. मुंबईपासून जेवढी शहरं रेल्वेनं जोडली गेलेली आहेत, त्या स्टेशनांची नावंच टाइमटेबलमध्ये छापतात. त्या स्टेशनवर तुम्ही उतरलात की, प्रत्येक प्रवासी नंतर कोणत्या पत्त्यावर जाईल, ह्याच्याशी रेल्वेला कर्तव्य नाही. रेल्वेची मानसशास्त्राची व्याख्या वेगवेगळ्या स्थानकांपुरतीच मर्यादित आहे.

पुढचा प्रवास प्रवाशांबरोबरच रेल्वेलाही अज्ञात आहे. त्याचं शास्त्र कसं होणार?

तसंच जे मनाच्या पल्याड आहे, त्याला शब्दांत पकडता येत नाही. मन हेच परमशास्त्र आहे. त्याच्याही पलीकडं कुणी छलांग मारू शकलं, तर ते अध्यात्म!

अध्यात्मावर चर्चा होऊ शकतात. होतातही. भाषणं होतात, प्रवचनं होतात. रिकाम्या माणसांची गर्दीपण होते. ज्यानं 'ब्रह्म' जाणलं आहे, तो ठामपणे त्याची ग्वाही देतो. ज्यानं जाणलं नाही, तो म्हणतो, ' 'ब्रह्म' आहे, असू शकतं.' भाषणं दोघांचीही होतात. गर्दीही दोन्हीकडं धावते. पण जेव्हा याची त्याला प्रत्यक्ष अनुभूती येते, तोच उपनिषदासारखे ग्रंथ मानायला लागतो. उपनिषदासारखे ग्रंथ तेव्हा साक्षीदार म्हणून उपयोगी पडू शकतात आणि सर्वांत सुंदर, विलोभनीय कोडं हेच आहे की, स्वतः प्रचिती घेतल्यावर उपनिषद वाचायची गरजच उरत नाही.

अर्जुनाच्या सगळ्या शंका व्यावहारिक आणि त्याहीपेक्षा जास्त मानसिक पातळीवरच्या आहेत. माणसाच्या सगळ्या गरजा मानसिक पातळीवरच्याच असतात. खरंतर शेकडा नव्व्याण्णव टक्के लोकांना आपल्याला नेमकं काय हवंय, हे सांगताच येत नाही. ऐच्छिक गोष्टींच्या मागे पळण्यात बराचसा काळ जातो.

त्या सगळ्या मिळाल्यानंतर मानसिक अस्वस्थता तशीच कायम राहिल्यावर त्याला कळतं की, आपल्याला हे हवं होतं, असं नाही. सुबत्ता म्हणजे मालकीची जागा, दाराशी वाहन, सगळ्या आधुनिक सोयींनी सज्ज असलेली वास्तू, मनासारखा साथीदार, काही मतभेदांसहित लाभलेली साथ, आरोग्य, हुशार संतती... ही यादी दहा आकड्यांपेक्षा वर जात नाही. हे सगळं लाभल्यावरच काही ना काही काहूर, रितेपणाची भावना डंख मारीत राहते, तेव्हा कळतं, 'शांतिरस' हे रसायन ह्या

कशातही नव्हतं. अर्थात हे कळण्यासाठी ज्या आठ-दहा गोष्टी असतील, त्या प्रत्येकाच्या वेगळ्या असतील. पण प्रथम त्या मिळाव्या लागतात. त्याशिवाय हा बोध होत नाही. बड्या बड्या लक्ष्मीधरांचे पुत्र किंवा सत्तेच्या जोरावर, उंचीवर पोहोचलेले राजकारणी पुंड, ह्या सगळ्यांची मुलं उपद्रवी निपजतात. त्यामागं सन्मार्गानं किंवा वाममार्गानं मिळवलेलं ऐश्वर्यच जबाबदार असतं.

मनाच्या पल्याडच जर अध्यात्माचा प्रांत असेल, तर आध्यात्मिक पातळीवर सगळ्याच मागण्या संपतात.

अध्यात्माचा प्रांत म्हणजे नेमका कोणता, हे माझ्यासारखा सुमार बुद्धीचा माणूस सांगू शकणार नाही. मी इतकंच सोप्या भाषेत म्हणू शकेन, जोपर्यंत कोणती ना कोणती मागणी जारी आहे, तोपर्यंत आपण 'मानसिक पातळीची मातृभूमी' सोडलेली नाही, असं समजावं.

अर्जुन अध्यात्माच्या प्रांतात गेलेला नाही, म्हणून संदेह आहे. अध्यात्म म्हणजे समस्या नाही. ते समाधान आहे. म्हणून अध्यात्माच्या प्रवेशद्वारावर 'समाधी' हा फलक आहे. फक्त हा फलक दिसण्यापूर्वी समस्यांची मालिका आहे; असते.

MIND IS THE PROBLEM.

मनाचं अस्तित्व संपलं की, समस्या संपल्या.

अध्यात्माचा अर्थ आहे, 'अनुभव'. जिथं 'मना'ला अस्तित्व नाही.

हे सगळं प्रथम मी लिहिणार. ते छापलं जाणार. मग वाचकांपर्यंत पोहोचणार. त्यातही हा विषय वाचणारे किती, मानणारे किती, हे मला माहीत नाही. मीच माझ्या लेखनाचा पहिला वाचक. लिहिता-लिहिता मी एकीकडं स्वत:ला विचारीत असतो, 'मुळात तुला स्वत:ला हा विचार पटला आहे का? मनाची अनुपस्थिती तू स्वत: अनुभवली आहेस का?'

काही प्रमाणात 'हो, अनुभवतोय.'

'कोणत्या अर्थानं?'

ज्या गोष्टींवर एके काळी माझा पराकाष्ठेचा जीव होता, त्यांपैकी अनेक गोष्टींबद्दल माझी 'ना खंत ना खेद' अशी अवस्था झाली आहे. त्यात आवडीचे पदार्थ खाण्यापासून कितीतरी गोष्टींचा अंतर्भाव आहे. ह्या अवस्थेप्रत प्रत्येक जण पोहोचतोच. डॉक्टर मंडळी भले त्याला 'AGEING PROCESS' म्हणत असतील. मन आणि शरीर भिन्न नाहीत. ज्या गोष्टींत मला धुगधुगता रस आहे, त्या गोष्टींसाठी साथ देण्याइतपतच माझं शरीर अजून तरुण आहे. ज्या गोष्टींना, व्यक्तींनाही मन विटलेलं आहे, तेवढ्या बाबतींत मन निकालात निघालं आहे. निदान मनानंच नाकारलेल्या गोष्टींच्या बाबतीत 'समाधीचा' फलक धूसरपणे का होईना, पण तो दिसायला लागला आहे. वृद्धापकाळात अनेकांची जेवणावरची वासनाही उडते, तर काही

माणसं मी अशी पाहिली आहेत की, तगड्या अवस्थेतही ती काही बाबतीत स्थिरावली आहेत. म्हणूनच अध्यात्म ही कविकल्पना नाही आणि समाधी हा भास नाही.
गीता हा अध्यात्मापेक्षाही मन:शास्त्रावरचा ग्रंथ आहे. मन:शास्त्राची मूलभूत धारणा त्यासाठी जाणून घ्यायला हवी. शंका किंवा समस्या मांडणाऱ्याची ती पातळी आहे. त्या पातळीवर जाण्याची ऐकणाऱ्याची क्षमता हवी.
ह्या बाबतीतला वैयक्तिक अनुभव सांगितल्याशिवाय मला राहवत नाही. महानगरपालिकेच्या राजकारणाचा मला जेव्हा फटका बसला, तेव्हा मी अंतर्बाह्य तडफडत होतो. दुसऱ्याच खात्यातल्या एका वरिष्ठ अधिकाऱ्यानं मला सांगितलं, "तुम्ही जर माझ्या खात्यात असतात, तर मी तुमच्यावर हा अन्याय होऊ दिला नसता. माझ्या घरी एक सिद्ध पुरुष येतात. त्या महाराजांची मी सेवा करतो. तुम्ही त्यांना भेटायला या. काहीतरी मार्ग तुम्हांला सापडेल."
मी त्याप्रमाणे गेलो. भक्तगण जमला होता. पूजा-आरत्या चालल्या होत्या. प्रचिती आल्याशिवाय न झुकण्याचा खडूसपणा माझ्याजवळ भरपूर होता. ते साहेब मला आतल्या खोलीत घेऊन गेले. माझ्याबद्दल त्या साहेबांना वाटणारा जिव्हाळा खोटा नव्हता. तो माझ्या अनुभवाचा भाग होता. साहेबांनी मला सांगितलं,
"मी महाराजांना आत बोलावतो. तुम्ही दोघंच बोला. गर्दी नको. महाराजांना काय सांगणार आहात?"
मी म्हणालो, "नोकरीतला अन्याय दूर व्हावा. बाकी काही माझी मागणी नाही."
साहेब म्हणाले, "ते सिद्ध पुरुष आहेत. त्यांच्यासमोर अशा क्षुद्र समस्या मांडायच्या नाहीत. ते फार वरच्या अधिकारावर पोहोचले आहेत."
मी लगेच म्हणालो, "मला काही संन्यास घ्यायचा नाही की कसली दीक्षाही घ्यायची नाही. सामान्यांच्या व्यथेवर ते काही उपाय सुचवणार नसतील, तर मला त्याचा काय उपयोग आहे?"
"तुमची अडचण आणि संकट फार मामुली आहे. व्यावसायिक, कौटुंबिक पातळीवरचं आहे. काहीतरी परमार्थातलं मार्गदर्शन मागा."
मी गप्प राहिलो. रिवाज म्हणून त्यांना भेटलो. मागितलं काहीच नाही.

ह्या घटनेला पंधरा-सोळा वर्षं झाली. आता ते महाराज एअर कंडिशण्ड मारुतीमधून फिरतात. माझ्या त्या साहेबांचं अजून दर वर्षी छापील आमंत्रण, 'दर्शनाला या' म्हणून ठरावीक महिन्यात येतं. मी परत फिरकलो नाही. सिद्ध पुरुष, साक्षात्कारी व्यक्ती म्हणवून घेणाऱ्या आसामी सामान्यांच्या समस्या सोडवणार नसतील, तर त्यांनी ह्याच समाजात का राहायचं? हे अध्यात्माचं स्मगलिंग झालं.

महाराज किंवा सिद्ध पुरुषांचीच उदाहरणं कशासाठी हवीत? आपले मित्र, नातेवाईक, पत्नी, पती, आपली स्वत:ची मुलं ह्यांच्या समस्या, गाऱ्हाणी, अडचणी ऐकताना आपल्याला काही त्यांच्या पातळीपर्यंत जाता येत नाही. त्यांची समस्या सोडवणं अंतरावरच राहतं. त्या व्यक्तीला काय म्हणायचं आहे, हे शांतपणे ऐकून घ्यायलाही आपल्याला सवड नसते किंवा इच्छा नसते. 'काय करणार? माणसाचा स्वभाव बदलतो का? तुम्ही सहन करायला शिका.' असं सांगणं म्हणजे एकतर पळवाट झाली किंवा आपली तेवढी कुवत नाही, हाच त्याचा अर्थ झाला. ऐकणारा माणूसही मग कधीकधी, 'तुम्हांला नुसतं सांगायला काय जातं? चार दिवस माझ्या घरी या आणि 'बायकोच्या' किंवा 'नवऱ्याच्या' सहवासात राहून दाखवा' असं म्हणतो. ह्या त्यांच्या प्रतिपादनातच आपण त्यांच्या पातळीपर्यंत जाऊ शकलो नाही, असा अर्थ होतो. ह्याच एका कारणासाठी एखादी प्रिय व्यक्ती 'हे जग सोडून गेली', तर 'आत्मा अमर आहे' ह्या आध्यात्मिक पातळीवरचं समर्थन सांत्वनापर्यंत पोहोचत नाही.

कृष्ण जर अर्जुनाला म्हणाला असता, "बघ बाबा, युद्ध करावं असं मला वाटतं. त्यातून तुझं तू काय ते ठरव. तू सांगशील, तिथं रथ नेण्याचं माझं काम."
'तुझं तू बघ' म्हणणं काय आणि 'सहन केलं पाहिजे' म्हणणं काय, दोन्ही सारखंच. माणूस गोंधळून जातो तेव्हा आणि असह्य होतं तेव्हाच दुसऱ्याकडं धाव घेतो ना? कृष्ण होणं म्हणजे काय? तर समस्या ज्या पातळीवरची आहे, त्या पातळीपर्यंत जाण्याची क्षमता. आपणही त्या अर्थानं 'कृष्ण' होऊ शकू; पण माणसं शब्द पाळतील, ह्याची शाश्वती नाही!

एका सामाजिक कार्यकर्त्यानं मला सांगितलं होतं, "माझ्यासारखा वाघ तुमच्यापासून हाकेच्या अंतरावर राहत असताना तुम्ही प्रथम माझ्याकडं का आला नाहीत?"
प्रचंड धीर येऊन मी त्या वाघाला माझी समस्या सांगितली. त्यानं मनात आणलं असतं, तर मला संकटमुक्त करण्याचं सामर्थ्य त्याच्याकडं होतं आणि अजून आहे, पण त्यानं मला समस्येचं रूप जाणून न घेता सांगितलं, "तुमचं वागणं सुधारा."
आजही त्या सम़ाजसेवकानं (?) मनात आणलं तर मी मोकळा होईन, पण आता मरेपर्यंत मी त्या माणसाकडं का जाईन?
कृष्णाचं 'कृष्णत्व' नेमकं कशात आहे? समस्येच्या पातळीपर्यंत पोहोचण्यात आहे. त्या बाबतीत कृष्ण म्हणजे यमुना आहे. यमुनेकाठी बाळगोपाळांत रमता-रमता त्यानं पाण्याचा गुणधर्म उचलला.
'पानी, तेरा रंग कैसा' एवढाच सवाल आणि त्याचा जबाब आपल्याला माहीत आहे. 'पानी, तेरा आकार कैसा?' हा प्रश्न पाण्याला कुणी विचारलाच नाही.

'ज्या भांड्यात भराल तो माझा आकार' असं पाणी म्हणालं असतं.

समस्येच्या स्वरूपानुसार तो आकार धारण करणं आणि समस्येशी एकरूप होणं, म्हणजे कृष्ण होणं.

हे सामर्थ्य आजही जो कमावेल, तो स्वत: गीतेचा भाष्यकार होईल.

सव्वीस

आयुष्य म्हणजे नित्य परिवर्तन आहे. आयुष्य हा एक अवसर आहे. त्या आयुष्याचं काय करायचं, हे प्रत्येक व्यक्तीवर सोपवलेलं आहे. तुमच्या आवडीनिवडीप्रमाणे, अभिरुचीनुसार तुम्ही 'श्रेयस'कडे झुकणारे आहात की 'प्रेयस'ला प्राधान्य देणारे आहात ते समजतं.

आज संपूर्ण देशाची अवस्था प्रत्येक विचारवंत जाणून आहे. राज्यकर्ते, बिल्डर्स, व्यापारी, स्मगलर्स केवळ पैशासाठी कोणत्या पातळीपर्यंत जातात, ह्यांच्या हकिकती वर्तमानपत्रातून आपण वाचतो. ह्या हकिकतीसुद्धा प्रत्येक वृत्तपत्रात त्यांच्या त्यांच्या परिभाषेतून छापल्या जातात. म्हणूनच झुकतं माप कुणाला द्यायचं, हे संपादकांच्या किंवा ज्या समूहाचं ते मुखपत्र असेल, त्यांच्या मनावर अवलंबून असतं.

जे जे घडलं ते तसंच्या तसं आपल्यापर्यंत येईलच, याची आपल्याला खात्री नसते. तरीसुद्धा सातत्यानं जी चित्रं दिसताहेत, ती 'प्रेयस'कडे वळणाऱ्यांची. अवसर सगळ्यांना सारखाच आहे. जगात जेवढी लोकसंख्या आहे, त्यातल्या प्रत्येक माणसाचा दिवस चोवीस तासांचाच आहे. निसर्ग भेदभाव जाणत नाही. माणसं भलत्यालाच 'भाव' देऊन 'की जय' म्हणतात. निव्वळ गुणांची पूजा करणं हे राज्यकर्ते, सामाजिक कार्यकर्ते, युनियनवाले ह्यांना अशक्य आहे का? पण 'भेद' ह्या एकाच शब्दावर राज्य चालवायचं असल्यामुळं कोण 'भाव' खाऊन जाईल, हे कसं सांगणार?

केवळ जबरदस्त भेदभाव आहे, म्हणूनच निसर्गानं सगळ्यांना 'अवसर' देऊनही गुणवान माणसांची गळचेपी आणि नालायकांचे सत्कार होत आहेत.

'अवसर' म्हणजे नेमकं काय?

मी माझ्याशीच विचार करीत बसलो होतो.

अगदी अलीकडं अलीकडं मी सुहास-तद्रूप होतो, म्हणून त्यांच्या संगतीसोबतीमुळं टीव्हीवर टेनिस टूर्नामेंट्स पाहायला लागलो आहे. आगासी, मार्टिनेझ, मार्टिना,

स्टेफी ग्राफ, नवरातिलोव्हा, मॅकॅनों वगैरे नावं ऐकून आणि त्यांना पाहून मी आता दचकत वगैरे नाही. 'अवसर'चा अर्थ मला तेव्हा समजला. दोघांचे पॉइंट्स चाळीस-चाळीस झाले की, 'ड्यूस'. मग ही चाळिशी उलटण्यात आधी यशस्वी कोण होतो, पाहायचं. लेडीज टूर्नामेंट्समध्ये त्या चाळिशी उलटवायलाही किती वेळ लावतात तेही पाहिलं. त्यानंतरची अवस्था म्हणजे, 'ॲडव्हान्टेज'.

हा ॲडव्हान्टेज म्हणजे 'अवसर.'

त्याचा तुम्ही उपयोग कसा करता, ह्यावरच तुमचा उत्कर्ष किंवा अध:पात अवलंबून आहे.

नुकतंच घडलेलं उदाहरण घेऊ. परीक्षांचे पेपर फुटले. सरकारी युक्तिवाद असा होता, रात्री अचानकपणे हे घडलं. तरीसुद्धा रात्री साडेअकरापासून सकाळी सात वाजेपर्यंत प्रश्नपत्रिका जास्तीतजास्त अशा किती विद्यार्थ्यांना समजल्या असतील? गल्लोगल्ली, नाक्यानाक्यावर ISD, STD, PCO, FAX ची दुकानं उघडण्याच्या सवलती देणाऱ्या राज्यकर्त्यांना मुळातच हा प्रश्न पडायला नको होता. माझ्या एका मित्राच्या मुलाला सकाळी सात वाजता फोन आला, "सत्तर रुपये दे, तुला सगळी प्रश्नपत्रिका फोनवरून सांगतो."

"माझे वडील मला सत्तर फटके मारतील. मला प्रश्नपत्रिका नको."

त्या मित्राचं नाव श्याम वाघमोडे. महाराष्ट्र वॉच अँड ग्रामोफोन कंपनीचे मालक. त्यांना हे समजताक्षणी श्री. सुनील ढवाळकर ह्या एका अफाट व्यक्तिमत्त्वाच्या माणसाबरोबर श्यामरावांनी दोस्ती केली. 'युती' ह्या शब्दाला सध्या जब्बर वजन असूनही मी दोस्ती हा शब्द वापरतोय, कारण दोस्तीत जी निरपेक्षता आहे, ती 'युती' ह्या शब्दात नाही. 'युती' ह्या शब्दातलं 'क' हे अक्षर 'सायलेंट' आहे. त्यानंतर हाय कोर्ट, सुप्रीम कोर्ट हा सगळा इतिहास आपल्यासमोर आहे. मला त्याच्याशी कर्तव्य नाही. प्रश्नपत्रिका फोडणाराही माणूसच आहे किंवा काही माणसं आहेत. त्यांच्याविरुद्ध नेमकी काय स्वरूपाची कारवाई झाली, ते माझ्या वाचण्यात किंवा ऐकण्यात आजपर्यंत तरी काही आलं नाही. ते प्रकरण कोर्टासमोर असेल, तर बोलायलाच नको.

वर्षानुवर्षं कोर्टात जी प्रकरणं रंगतात, त्याला 'कोर्टिंग' हेच खरं योग्य नाव आहे. मला हे प्रकरण आणि महाभारत ह्यात जे साम्य दिसलं, ते सांगावंसं वाटतं. द्रोणाचार्यांनी एकाच एकलव्याचा अंगठा कापून घेतला. 'एकविसाव्या शतकाची मदार आता तरुण पिढीवर आहे' असं लाल किल्ल्यावरून दर पंधरा ऑगस्ट आणि सव्वीस जानेवारीला सांगितलं जातं. त्या लाखो एकलव्यांचे अंगठे कोर्टानं कापले. THIS IS SUPREME.

मला कर्तव्य आहे, ते श्याम वाघमोडेशी. इतर अनेक पालक 'दुर्दैव आपलं'

इथपासून भोग, प्राक्तन आणि जे सिद्ध करता येणार नाही असं विधान म्हणजे 'मागच्या जन्माचं देणं' ह्यावर भार सोपवून मोकळे झाले असतील. श्यामनं आपल्या मुलाला सांगितलं,

"ज्यानं चोख अभ्यास करून आपलं नाणं खणखणीत आहे, हे सिद्ध केलंय, तो दहा वेळा परीक्षा घेतली तरी डरणार नाही. उजळणीनं व्यासंग आणखी पक्का होतो. समोरच्या दुकानदाराच्या मुलानं फुटलेल्या प्रश्नपत्रिकेच्या जोरावर जास्त टक्के मार्क्स मिळवले, तर तुला चालेल का? तुला नापास व्हायचं असेल, तर स्वतःच्या कर्तृत्वावर नापास हो. मी तुला काही म्हणणार नाही. तुझी हुशारी दुसऱ्यांदा दाखवण्यासाठी ही ऑपॉरच्युनिटी आहे, ह्या दृष्टिकोनातून तू ह्या संकटाकडं बघ."

मी ह्याला दृष्टिकोन म्हणतो; मार्गदर्शन म्हणतो. ह्या विचारांचा माणूसच पुरुषाचा पती होतो आणि असाच 'पती' मग 'पिता'ही होतो. एका काऱ्याचा आणि वेलांटीचा फरक! ह्याला खातेपालट म्हणतात.

वॉच आणि ग्रामोफोन्स श्यामरावांनी नुसते विकले नाहीत. HE IS WATCHING THE RECORD OF HIS FAMILY MEMBERS.

आजही देश उभा आहे, तो समाजात काही वाघमोडे आहेत, काही संजय पांडे आहेत, काही सुनील ढवाळकर आहेत म्हणून.

हे सगळं मोकळेपणी लिहिण्यासाठी, वाचकांबरोबर संवादाचा पूल उभारण्यासाठी 'सामना'नं कॉलम्स दिले म्हणून मलाही अवसर मिळाला.

आपल्याला असा अवसर देण्यामागे नियतीचा एक हेतू आहे. नियती हाही एक अकारण मोठा शब्द झाला. अनेकदा 'FORCE OF HABIT' पायी आपण गैरलागू शब्द सर्रास वापरतो.

आत्ता इथं 'नियती' ह्या शब्दाचं प्रयोजन नाही. 'मी आणि माझ्यासमोर उभं असलेलं माझं आयुष्य' एवढं पुरेसं आहे. आयुष्य हाच अवसर. आपण आत्मवान होणार की नाही, हे ठरवण्याचा अवसर म्हणजे आयुष्य.

इथं 'आत्मा' ह्या शब्दाचा अर्थ आयुष्याच्या संदर्भात वेगळा घ्यावासा वाटतो. म्हणजे घ्यायलाच हवा. 'आत्मा म्हणजे काय?' हे ज्याला जाणवलं असेल, ते त्याच्यापुरतं मर्यादित आहे. तुम्ही-आम्ही संसार करणारे. नोकरी-व्यवसायात गुंतलेले. मुलांचं पालनपोषण करणं, हे संसारातलं आपल्यासारख्यांचं नियोजित कार्य. त्या दृष्टिकोनातून 'आत्मवान' होणं म्हणजे नेमकं काय? ह्या बाबतच्या माझ्या संकल्पना अगदी साध्या आहेत आणि साधं असणंच फार अवघड आहे.

IT IS VERY SIMPLE TO BE HAPPY, BUT IT IS VERY DIFFICULT TO

BE SIMPLE

जो संसारात आनंदी वातावरण जो ठेवू शकतो, त्याला मी आत्मवान समजतो. मनात शांतता असेल वा नसेल, पण वातावरण आनंदी ठेवणं आपल्या हातांत आहे. ह्यासाठी दिनरात कोशीस करणारा अंतर्यामी शांत आहे, असं कधीच होणार नाही. संसार ही सर्वांत अवघड कला आहे.

प्रत्येक क्षण हा शिक्षणक्रमाचा आहे आणि ह्या क्रमातून जात असतानाच परीक्षा द्यावी लागते. वर्षभर अभ्यास, नंतर परीक्षा असा सरकारी कोर्स नाही. अभ्यासक्रमाची टेक्स्टबुकं आणि न फुटणारी प्रश्नपत्रिका एकाच वेळी हातांत पडतात. बायको, वेगवेगळ्या वयाचा मुलगा आणि मुलगी, इतर नातेवाईक आणि टाळ्या वाजवणारे प्रेक्षक हे सगळे परीक्षक आणि ह्यांतलेच काही पेपरसेटर.

काल बरोबर घेतलेला निर्णय आज चालत नाही आणि डिग्री-डिप्लोमासारखे प्रकार नसल्यामुळे भिंतीवर लावायला प्रशस्तिपत्रकं नाहीत.

परिवाराच्या चेहऱ्यावर आनंद पाहणं, ही एकमेव कसोटी आणि वेगवेगळ्या वयाच्या, वृत्तीच्या माणसांना एकाच वेळी न्याय देता येत नाही. तुम्ही जेवढे विचारवंत, तुमची स्वत:ची उंची जेवढी विराट, तेवढ्या प्रमाणात तुम्ही आनंद निर्माण करू शकता. ही उंची वाढवण्याच्या खटाटोपात जो सापडतो, तो अंतर्यामी अतृप्त आणि अशांतच असणार. तरीही जो परिवारात आनंदाची रोषणाई करू शकतो, तो आत्मवान.

प्रत्येकापाशी ही शक्ती असते; ज्योत असते. चैतन्य हीच ज्योत. श्वासोच्छ्वास हेच सत्य. फक्त ह्या तेवणाऱ्या ज्योतीला स्वार्थत्याग आणि समर्पणाचं तेल लागतं. हे सामर्थ्य जोखण्यासाठीच आयुष्य हा अवसर आहे. तिकडं लक्ष जाणं आवश्यक. तेच नेमकं होत नाही. जवळची गोष्ट न दिसणं.

आपल्या घरासमोर एखादं झाड असतं. त्या झाडाकडं आपण इतके वेळा पाहिलेलं असतं की, कालांतरानं त्याच्या अस्तित्वाची आपण दखलही घेत नाही.

असंच थोड्या-फार प्रमाणात प्रत्येकाचं जवळच्या माणसांबद्दल, गोष्टींबद्दल होत जातं. एखाद्या यंत्राप्रमाणे आपण यंत्रवत होत जातो. रोज तेच तेच करतो. त्यापायी मरगळ वाढते. आपण आयुष्यावर कातावतो; ताजेपणा संपतो. क्रोध साचत जातो. आदल्या दिवशी ज्या कारणासाठी राग आलेला असतो, त्याच कारणासाठी आजही रागावतो. क्रोधाचा पारा कमी झाला की, पश्चात्ताप सुरू. क्रोधाची जी कारणं असतात, त्याच प्रतीचा पश्चात्ताप. मग नव्या संकल्पना. ताजी आश्वासनं. त्याच शपथा, तीच वचनं. पोटच्या मुलांच्या डोक्यावर हात ठेवून शपथा घ्यायलाही माणसं कचरत नाहीत. कारण क्रोध, पश्चात्ताप, शपथा ह्या बाबतीत खोलवर जाऊन विचारच केलेला नसतो. म्हणूनच एखादी व्यक्ती रागावली, म्हणजे काय काय

बोलेल आणि पश्चात्ताप व्यक्त करताना कोणती विधानं करील ह्याचा अंदाज करणं मुळीच कठीण नाही.

ह्या चक्रातून बाहेर पडता येणार नाही का?

येईल.

आदल्या दिवशी आपण एखाद्या कारणापायी रागावलो असलो, तर कालांतरानं म्हणजे ती घटना घडून शांत झाल्यावर आपल्याला आलेल्या रागाचं पृथक्करण करता आलं पाहिजे. तो राग योग्य होता का? त्या रागामागं इतर काही जुन्या गोष्टींचा सूड होता का? आणखी वेगळ्या मार्गानं ही परिस्थिती हाताळता आली असती का? त्या रागात अहंकाराचा भाग किती होता? आपल्याला त्यानंतर पश्चात्ताप करायची पाळी येते, ह्याचा अर्थ चुकीच्या मुद्यावर भर देऊन आपण राग व्यक्त केला असला पाहिजे.

ह्या किंवा अशा स्वरूपाची स्वत:च्या रागाची छाननी करण्यासाठी अवसर सापडला, तर कुणाचीही क्रोधातून मुक्तता होईल. सतत आणि रोज रागावण्यामागची व्यर्थता, फोलपणा इथपर्यंत नजर पोहोचणं जरुरीचं आहे.

इथंच कष्ट आहेत. स्वतःकडे पाहणं सर्वांत अवघड! ह्याचं कारण त्या पाहण्यात काही लपत नाही. दुसरा माणूस वेगवेगळी रूपं धारण करून तुमच्यासमोर प्रकट होत असतो. तो आपले अवगुण झाकून ठेवण्यात यशस्वी झाल्याशिवाय तो तुमचा मित्र होऊच शकणार नाही.

माझ्या एका मित्राची पत्नी अचानक गेली. सांत्वनावर माझा विश्वास नाही. खऱ्या अर्थानं 'शब्दांच्या पलीकडची' जर कोणती गोष्ट असेल, तर ती म्हणजे 'सांत्वन'.

चार-पाच वर्षांच्या कालावधीनंतर मला समजलं, त्याच मित्रानं बायकोला ती झोपल्यावर तिचा गळा दाबून मारली. तिच्या मरणापेक्षाही ती बातमी माझ्यापर्यंत खात्रीलायकरीत्या पोहोचली, ह्याचं मला जास्त दु:ख झालं.

सगळ्या समाजाला फसवण्यात माझा मित्र यशस्वी झाला असेल. आता तो परदेशात स्थायिक झाला आहे; पण तिथंही तो निजरूपातच उपस्थित आहे. स्वदेशापासून तो कितीही अंतरावर जाऊ शकतो. स्वकृतीपासून किती लांब पळेल? अशा माणसांना आचार्य अत्र्यांसारखा नाटककार, पत्रकारच फक्त नाटकातून विचारू शकतो, 'वाऱ्यामुळं उडून जायला ती पत्रावळ होती का?'

माझ्या मित्राच्या पत्नीच्या मरणानं तीन मृत्यू घडले. मित्राची पत्नी, मित्र स्वत: आणि त्याची-माझी मैत्री. मनात किंतु असतानाही त्याला त्याची जाणीव करून न देता मैत्री अखंडित ठेवणं, ह्यात मैत्रीचा अंशत: झालेला अंतच आहे आणि एकान्तवासात त्या मित्राच्या मनाला वाळवी लागली असेल, तर त्याच्या जगण्याचा

एक हिस्सा मेल्यातच जमा आहे.

अशी ऐकलेली उदाहरणं किती देऊ? ज्ञानेश्वरी अध्यात्म किंवा संतवाङ्मय ह्याच्यावर प्रवचन करण्यासाठी पंचवीस पंचवीस हजार रुपये मानधन घेणारे महाराज स्वत:च्या इमारतीतल्या असहाय विधवा भाडेकरूचं सामान रस्त्यावर फेकून देतात. का? केवळ दोन महिन्यांचं भाडं थकलं म्हणून?

अशी माणसं अध्यात्म प्लॅस्टिकच्या खेळण्यांप्रमाणे विकतात.

ज्ञानेश्वरी किंवा अध्यात्माची गोडी निर्माण होणं हा मग एक अपघात आहे; अवसर नव्हे.

कुणी अतिक्रोधापायी 'जड' होतो, तर कुणी अध्यात्माचा अभ्यास करून 'जड' होतो. जो 'जड' होत जातो तो अधार्मिक आणि जो चैतन्यमय होत जातो तो धार्मिक.

माणूस हा समाजाचा घटक. काही मोजक्या माणसांचा समूह म्हणजे कुटुंब. एक परिवार आणि अशा अनेक परिवारांच्या अस्तित्वानं तयार होतो तो समाज. माणूस म्हणजे समाजाचं बीज.

असा एक माणूस जेव्हा परिवारात किंवा तो जिथं जाईल तिथं फक्त आनंदाचीच रोपं लावीत जातो, तो आत्मवान!

'अवसर' शब्दाचा त्याला अर्थ समजला; जीवन कळलं.

सत्तावीस

आज मला संजयची तीव्र आठवण येते आहे.

'संजय गांधी' नव्हे आणि 'संजय दत्त'ची तर मी मरेपर्यंत मला आठवण येणार नाही. मला महाभारतामधल्या संजयची आठवण येते आहे. बिचाऱ्याचा उल्लेख 'संजय उवाच' ह्या पलीकडं झालेला नाही.

कुरुक्षेत्रावर पाऊलही न टाकता त्याला सगळं दिसत होतं. संजयच्या ह्या दिव्य दृष्टीपेक्षाही त्याच्याकडं जे जे दिसतं, ते तसंच्या तसं दृष्टिहीन धृतराष्ट्रासमोर शब्दांच्या माध्यमातून उभं करण्याची जी कथनाची शक्ती होती, त्याचं जास्त नवल वाटतं.

आपल्या साध्या डोळ्यांना जे दिसतंय, ते लिहिण्याची आपल्याकडं ताकद नाही. आपल्याला सगळं दिसतही नाही. कानांवर पडणाऱ्या हकिकतींची यादी आपण जे पाहतो, त्यापेक्षा मोठी असते. तिथंही जे ऐकतो, ते तरी पूर्णपणे कुठं ऐकतो? किंवा ऐकल्यानंतर तसंच्या तसं समोर मांडायचीसुद्धा आपल्याकडं क्षमता नसते.

टेपरेकॉर्डरच स्वत:च्या मतांची भर न घालता जसंच्या तसं जे ऐकतो, ते ऐकवतो.

माझ्या पंधरा सप्टेंबरच्या लेखात अनवधानानं मी सुप्रीम कोर्टावरच अन्याय केला. पुन:परीक्षेच्या बाबतीत हायकोर्टाचाच निर्णय सुप्रीम कोर्टानं उचलून धरला आणि पाच मिनिटांत केस संपलीसुद्धा!

'लाखो एकलव्यांचे अंगठे शिक्षणखात्यातल्या द्रोणाचार्यांनी कापले' हे मला श्यामनं तातडीनं कळवलं. चुकीची दुरुस्ती करायला मला अवसर मिळाला म्हणून हा पुढचा लेख लिहिण्याला बळ मिळालं.

अवसर मिळूनसुद्धा माणसात परिवर्तन का होत नाही? आळस मध्ये येतो की अवसर मिळाला आहे, हेच ध्यानात येत नाही? आळस मध्ये येतो की अहंकार? आणखी एक महत्त्वाचा घटकही परिवर्तनाच्या मार्गात आडवा येतो. 'आपण आपल्यात कोणतंही परिवर्तन घडवून आणलं नाही, तरी आपलं काहीही बिघडत नाही' असं माणसाच्या ध्यानात आलं की संपलं! मळलेली पायवाट सोडायचं धाडस कुणी सहसा करीत नाही.

बाथरूममध्ये थोडं तांब्याभर पाणी ओतलं की, एका विशिष्ट पद्धतीनं ते उताराकडं जातं. तेवढा भाग काही वेळ ओलसर राहतो. तीच आकृती कोरडी होते.

मोरीतल्या उरलेल्या भागाला पाणी आलं कधी, गेलं कधी, ह्याचा पत्ताही लागत नाही. पुन्हा जर काही वेळानं पाणी ओतलं, तर तेही जुन्या, कोरड्या झालेल्या आकृतीबाहेर जात नाही. बदाबदा बादल्या ओतल्या, तर काही इलाज नाही; पण सर्वसाधारणपणे पाणी त्याचा पहिला आकृतिबंध सोडत नाही.

तेच माणसांचं होतं. LINE OF LEAST RESISTANCE म्हणतात, त्याप्रमाणे जिथं जास्त प्रतिकार होणार नाही, कमीतकमी कष्टांत काम भागेल, वाड-वडलांनी घालून दिलेली चाकोरी, आखलेली पायवाट ह्याच मार्गानं माणूस चालत राहतो. कोणताही नवा प्रयोग करून बघायला तो फारसा उत्सुक नसतो. अशा सगळ्या माणसांच्या आयुष्याचं आत्मचरित्र 'मागील पानावरून पुढे चालू' ह्या स्वरूपाचं असतं. चाकोरी सोडण्याचं थोडं धैर्य ज्यांच्यापाशी असतं, तेच काही वेगळं आयुष्य जगतात. त्यासाठी वेगळी किंमत मोजायची त्यांची तयारी असते.

जे परंपरेनं चालत आल्यामुळं तिथल्या तिथंच फिरत राहतं, ते तोडायचं माणसानं ठरवलं, तर तो ते एका क्षणात तोडू शकतो. स्वत:ची वेगळी पाऊलवाट तयार करण्यात यशस्वी होतो.

परंपरा अशाच तयार होतात. धर्म असाच निर्माण होतो. आयुष्य आपल्याला सदैव वेगळ्या वाटेनं जाण्यासाठी अवसर देतं. माणूसच जुन्या संकल्पना सोडायला नाराज असतो. बुद्धीला एवढा त्रास कोण देणार? शरीर वेगवेगळ्या प्रयोगांत का कष्टवायचं? साधं हॉटेलमध्ये गेलो, तर तिथंसुद्धा आपण वर्षानुवर्षं एकच किंवा तेच तेच पदार्थ मागवत राहतो.

'आज जरा वेगळी डिश मागवून बघू. तोही पदार्थ तितकाच चांगला असू शकतो.' हा विचारही मनाला शिवत नाही.

अर्जुन पुन्हा पुन्हा तेच प्रश्न विचारतोय, ते चाकोरीबाहेरचं युद्ध टाळायचं, म्हणूनच. अर्जुनाचं फार चुकलं होतं का?
मुळीच नाही.
हे युद्ध चाकोरीबाहेरचं होतंच, म्हणून संभ्रम होता. आपल्या माणसांना मारून त्रैलोक्याचं राज्य मिळालं, तरी ते नकोय, मग कौरवांच्या गादीचा सवालच उपस्थित होत नाही.

एका गावातून एक संन्यासी मोठमोठ्यांदा गाणं म्हणत चालला होता. ते गाणं सगळ्या सम्राटांना उद्देशून होतं. आशय असा होता,
'आम्हांला तुमच्या सिंहासनाची, राजवाड्यातल्या महालांची मुळीच मातब्बरी नाही. आम्ही आमच्या माती-धुळीत मस्तपैकी जगत आहोत.'
त्या गाण्याचा गावातल्या जनतेवर फार परिणाम झाला. सामान्य माणसाला 'थक्क' व्हायला वेळ लागत नाही. त्याच गावात योगायोगानं ओशोंचा मुक्काम होता. रस्त्यावर श्रोत्यांनी केलेल्या वर्तुळात तेही सामील झाले. गाणं ऐकून गावकरी टाळ्या वाजवत होते. गाण्यातून सम्राटांची हुर्रेवडी उडवणाऱ्या संन्याशावर खूश होते. प्रतिसाद न देणारी एकच व्यक्ती होती. ती व्यक्ती म्हणजे 'ओशो'. साहजिकच संन्यासी अस्वस्थ झाला. ह्या माणसावर प्रभाव का पडत नाही, ह्या विचारानं वैतागला.
त्यानं अभिप्राय मागितला. ओशो म्हणाले,
"तुझ्या गाण्यातल्या सम्राटांना मागं सारतील इतक्या श्रीमान परिवारातून मी राहिलो आहे. ह्या देशात, परदेशात, ठिकठिकाणी मी त्या त्या देशातल्या सम्राटांकडंच मुक्काम केला आहे. त्यांच्यापैकी एकानंही असं गाणं रचलं नाही की,
आम्ही आमच्या वैभवात, ऐश्वर्यात, ख्याली-खुशालीत दंग आहोत, मस्त आहोत. चिखल-माती-धुळीच्या तुमच्या आयुष्याशी आम्हांला काही कर्तव्य नाही. मग तूच सम्राटांची गरज नाही म्हणतोस, ते कशासाठी? ह्याचा अर्थ तू सम्राट झालास, तर मनातून तुला ते हवं आहे. जे मिळणार नाही ते आणि जे परवडणार नाही ते आपल्याला नकोच आहे, ही भूमिका घेणं सोपं आहे. स्वत:शी प्रतारणा असली, तरी अप्राप्य गोष्टींचा धिक्कार करणं हे मनोरंजन आहे.
त्या कुण्या संन्याशापेक्षा आपली हकिकत फारशी वेगळी नाही. चार चाकी वाहन घेण्याची ऐपत नसलेला माणूस जन्मभर दोन चाकी वाहनांवर खूश असतो.

'ॲव्हरेज जास्त मिळतं, पार्किंगचा प्रश्न नाही, अफाट गर्दीतूनही बारीकशा जागेतून चार चाकी वाहनांच्या पुढं जाता येतं.' ह्या सोयी वारंवार सांगताना 'पावसात भिजावं लागतं, ऊन सोसत नाही, दुचाकी वाहनाला जास्तीतजास्त धोका असतो' ह्या गोष्टी तो सांगत नाही.

आपण सारे अर्जुन!

अर्जुनासमोरचं ह्या वेळचं सैन्य निराळं आहे. शत्रू वेगळा आहे. वेगळा म्हणजे अकरा अक्षौहिणींमधला प्रत्येक योद्धा शत्रू नाही. त्यांत काही मित्रही आहेत. काही जवळचे आहेत, काही लांबचे आहेत. प्रत्यक्ष गुरू 'द्रोणाचार्य' समोर आहेत. पित्यासमान भीष्माचार्य आहेत. शत्रू आणि मित्र असं भेसळयुक्त सैन्य आहे. म्हणूनच थोडा का होईना, अर्जुनाचा संभ्रम वास्तवाला भावनात्मक स्पर्श करतो.

आयुष्यातले अनेक प्रसंग संमिश्र भावनांचे असतात.

'हा काळा आणि हा पांढरा' अशा दोन कप्प्यांत आयुष्याचे सगळे रंग भरता येत नाहीत. काळा आणि पांढरा ह्या रंगांच्या मिश्रणानं जो 'ग्रे' म्हणजे 'राखी' रंग तयार होतो, त्याप्रमाणे कौटुंबिक जीवनातले अनेक क्षण राखी रंगाचे असतात, म्हणून आपला सतत अर्जुन होतो.

मुलाचं किंवा मुलीचं चुकत असताना दिसत असूनही नातवंडांची बाजू घेऊन नातवंडांना न्याय देता येत नाही. आपला मुलगा हा त्याच्या मुलांचा बाप आहे, त्यांचा पिता म्हणून त्याला जे स्थान आहे त्याला धक्का लागू नये म्हणून नातवंडांसमोर त्याला चार शब्द सुनवता येत नाहीत. आपण आजोबा असूनही स्वतःच्या मुलांसमोर मुलगा तुम्हांला उलट उत्तरं किंवा दुरुत्तरं देऊ शकतो.

त्या वेळेला आजोबांची 'आजोबा' म्हणून जी प्रतिष्ठा आहे, ती काटेकोरपणानं सांभाळण्याची गरज नसते. आई-वडलांकडून जो न्याय मिळत नाही, तो आजोबांकडून मिळवू, ह्या भावनेनं नातवंडं तुम्हांला बिलगतात. त्यांचा विश्वास सार्थ होता, हे तुम्ही सिद्ध करू शकत नाही. मुलाच्या आधारावर जगायचं असतं. नातवंडांवर अन्याय होऊ द्यायचा नसतो. ह्यासारख्या प्रसंगांना 'राखी' रंग म्हणायचा नाही, तर काय म्हणायचं?

आपल्यासारख्यांच्या घरातून संघर्ष होतात, ते इतक्या साध्या साध्या प्रसंगांमुळं. युद्धासारखी पराकोटीची घटना क्वचित घडते; पण साधेसाधे प्रसंग दिवसभर सातत्यानं घडत राहतात. ते संख्येनं जास्त असतात. अनपेक्षितपणे येतात.

युद्धासाठी पूर्वतयारी करावी लागते, वातावरणनिर्मिती असते; पण अनपेक्षित घटना

इतक्या बेसावध क्षणी कोसळतात की, त्यांतच आपली ताकद संपते.
कुणी आर्थिक पातळीवर पराभूत होतो, तर कुणाची बौद्धिक पातळीवर सतत चाचणी घेतली जाते, त्यामुळं तो थकतो, तर कुणाचा भावनात्मक पातळीवर अंत पाहिला जातो.
सगळं जगणंच सापेक्ष आहे. निखळ निरपेक्ष असं काही नाही. टक्केवारीचाच सगळा हिशेब आहे.
म्हणूनच अवसरही आहे.
भावनेला जास्त महत्त्व द्यायचं की सगळीकडं एक बुद्धीचा दंडक लावायचा?
दोन्ही बाबतींत पुन्हा दोन हिस्से करता येणार नाहीत.
त्यात प्रत्येक माणूस वेगळा. त्याच्या गरजा वेगळ्या. स्वप्नं वेगळी. आकांक्षांना चौकटीत बंदिस्त करावं लागतं.
म्हणूनच महाभारत हा मला प्रतीकात्मक शब्द वाटतो.
वर वर सगळं शांत वाटलं, तरीही प्रत्येक माणसाच्या मनात एकेक महाभारतासारखा ग्रंथ आहे.

अठ्ठावीस

पुण्याचा ॲडव्होकेट श्री. केळकर हा एक वेगळा माणूस आहे. मला त्याच्यात माझ्याच कथेतला 'जेके मालवणकर' दिसतो. भावना अनावर झाल्या की, तो मला पुण्याहून फोन करतो. अन्यायानं खवळतो. कोर्टातले मॅजिस्ट्रेट वकिलाला 'केस काढून घ्या' म्हणून पन्नास हजारांची ऑफर देतात, इथपासून ज्या ज्या गोष्टींनी तो पिसाळतो, त्या गोष्टी फोनवर ऐकवतो किंवा मन प्रसन्न असलं तरी फोन करतो. वकिली पेशात राहून राहून त्यांच्यातलं लहान मूल हलकेहलके विरून जाईल का? अशी चिंता मी एका लेखात व्यक्त केली होती.
परवा त्यानं फोनवरून प्रकाश पाठारे ह्यांची एक कविता मला ऐकवली. ती अनेकांपर्यंत पोहोचावी म्हणून सांगावीशी वाटते.
सत्तर वर्षांच्या म्हातारीला कोर्टाच्या पायरीवर बसलेली पाहून विचारलं,
"आजी, आज इथं काय आहे?"
त्यावर तिनं उत्तर दिलं,
"सतराव्या वर्षी माझ्यावर बलात्कार झाला होता, त्याचा आज निकाल आहे."
●

बत्तीस न्यायाधीश, वीस वकील,
चाळीस शिरस्तेदार बदलून गेले.
निम्मे साक्षीदार मरून, तर
बाकीचे केव्हाच पळून गेले.
कितीतरी बलात्कारित स्त्रिया मरून गेल्या
मी मात्र जिवंत, हीच एक कमाल आहे.
सतराव्या वर्षी झालेल्या बलात्काराचा आज निकाल आहे.

•

भगवान के घर देर है... ही म्हण
अजून बदलली नाही
न्यायदेवतेच्या डोळ्यांवरची पट्टी
थोडीसुद्धा सरकली नाही. मोर्चे, आंदोलने तेव्हाही झाली
नंतर कुणी फिरकलं नाही. तरीसुद्धा वाटतं,
आज जीवनाची सकाळ आहे,
सतराव्या वर्षी झालेल्या बलात्काराचा आज निकाल आहे.

•

थरथरत्या हाताला हात देऊन म्हातारीला उभं केलं. निकाल ऐकण्यासाठी चार
भिंतींच्या आत नेलं. निकाल ऐकून मात्र तिचे पाय लटपटू लागले. पुराव्याअभावी
काही आरोपी निर्दोष सुटून गेले. ज्यांना शिक्षा झाली, ते तर कधीच मरून गेले.
सत्तर वर्षांच्या आयुष्याचा आज सारा निकाल आहे. सतराव्या वर्षी झालेल्या
बलात्कारावर हा न्यायालयाचा अजून एक बलात्कार आहे.

•

कविता वाचून माझ्या मनात एक वेगळी कल्पना आली. रामायण-महाभारताच्या
काळात न्यायालयं असती तर? वनवासाला जाण्यापूर्वी भरतानं 'स्टे'ऑर्डर आणली
असती. रामाचा वनवास टळला असता.
धर्मानं द्यूत खेळायला प्रारंभ करताक्षणी द्रौपदी कृष्णाकडं धावली असती. कृष्णानं
'स्टे'ऑर्डर आणली असती. द्रौपदीला साड्या पुरवण्याच्या कामाची दगदग वाचली
असती. त्याचं काही 'पराग साडी...साडीत साडी' असला धंदा नव्हता. ती जाहिरात
पाहताना टीव्ही सेट फोडून टाकावासा वाटतो, इतकी ती जाहिरात डफ्फड आहे.

कृष्णानं 'स्टे' आणला असता, तर धर्मानं हायकोर्टाकडे अपील केलं असतं.
त्यानंतर सुप्रीम कोर्ट. असं करता-करता विसाव्या शतकापर्यंत निकालच लागला नसता.

त्या काळात खरंच न्यायालयं का नव्हती?

एकलव्याचा अंगठा वाचला असता. रामायणातल्या रामाचं राज्य लगेच सुरू झालं असतं. रावणानं फारतर लंकेतले प्रशिक्षित घुसखोर शस्त्रास्त्रासहित रामराज्यात पाठवले असते आणि राम म्हणाला असता, 'अयोध्या हा अत्याचार सहन करणार नाही.' निषेध-खलिते गेले असते. 'अयोध्या-लंका' भाई भाई नव्हे बेहेने बेहेने' असे नारे वाजले असते.
पण मग गीतेसारखा मनस्वी ग्रंथ निर्माण झाला नसता. महाभारतानंतर तीन हजार वर्षांत चौदा हजार युद्धं झाली, असं म्हणतात. तेव्हा गीतेपेक्षा महाभारत महत्त्वाचं नाही.

गीता अमर आहे. 'अमर' शब्दाची ताकद ह्याला म्हणतात. आज एखाद्या गल्लीतला दादा किंवा मोठा स्मगलर मारला गेला, तर त्याच्या प्रेतयात्रेत सरळसरळ बीअर ढोसून जाताना कानठळ्या बसवणारे 'ॲटमबाँब' लावून 'अमर रहे'च्या घोषणा दिल्या जातात. स्वातंत्र्य मिळाल्यानंतर सामाजिक नीतिमत्ता किती कोसळली आहे, त्याची विदारक उदाहरणं रोज प्रसिद्ध होताहेत.
विचारवंतांची दातखीळ बसली आहे. निर्भीड पत्रकारांना तातडीनं 'संरक्षण' द्यावं लागतं आहे. म्हणूनच प्रत्येक विचारवंताचा मला 'अर्जुन' झालेला दिसतो. आनंदाची गोष्ट एकच आहे. न्यायालयांची प्रतिष्ठा सरकारनं जपली आहे.

महाभारताचं सगळंच अलौकिक आहे. प्रत्यक्ष रणांगणावरच निर्णय लावायचा, हे कृष्णशिष्टाई झाल्यावर जेव्हा ठरलं, तेव्हा युद्ध म्हणजे काय? ते कुणाच्या विरुद्ध? हे प्रश्न अर्जुनाला तेव्हापासून का पडले नाहीत? एवढ्या सैन्याला पूर्वतयारी करायला लावून कुरुक्षेत्रावर का यायला लावलं? हे प्रश्न विचारता-विचारता अर्जुनाचंही फारसं चुकलेलं नव्हतं, असं म्हणावसं वाटतं.

मागच्या महायुद्धात ह्या प्रश्नांची उत्तरं मिळाली आहेत. एक बटण दाबलं आणि ॲटमबाँब पडला. हिरोशिमा-नागासाकीमधली लाखो माणसं गेली. त्यांची राख झाली. त्यात शाळकरी मुलंही होती आणि वृद्ध नागरिकही. वैमानिकाला फक्त बटण दाबण्याचा हुकूम होता. एका बटणापायी प्रलय होणार आहे, हे त्याच्या गावीही नव्हतं. प्रत्यक्ष परिणाम पाहून तो वैमानिक वेडा झाला. रात्रंदिवस लाखो प्रेतं दिसायला लागली. त्यानं स्वत:ची नाडी कापून घेतली. डोक्यावर हातोडे मारून घेतले. शेवटी वेड्याच्या हॉस्पिटलमध्येच त्याचा शेवट झाला. ही लाख-दीड लाख माणसं त्या वैमानिकासमोर प्रत्यक्ष उभी केली असती, तर तो बाँब न टाकता परत

आला असता.

आता जर पुन्हा कुठंही युद्ध झालं, तर त्याच्याइतकं अमानवी दुसरं काही नाही. कोणत्याही देशात बसून पृथ्वीच्या पाठीवरचं कोणतंही शहर उडवलं जाईल. स्वतंत्र रणभूमी आता अस्तित्वात नाही. सगळी पृथ्वी रणभूमी आहे. जिथं बॉंब पडेल ती रणभूमी. शहरातली एकूण एक माणसं हे बळी. मिलिटरी आणि सिव्हिलियन हा भेदभाव नाही. किती माणसं मेली, ह्याचे फक्त आकडे प्रसिद्ध होतील, ते वाचलेल्या देशांच्या माहितीसाठी. नुसते आकडे ऐकून त्यातली भव्यता डोळ्यांसमोर येते का? आजच्या महाभारतातले कौरव रक्तपाताच्या फारसे मागे नाहीत. 'रणदेवते'ऐवजी ते 'धनदेवते'मागं जास्त आहेत. त्या देवतेसाठी जर काही खून पडले, टोळीयुद्ध झाली, तर तेवढाच रक्तपात. त्यातही खून की आत्महत्या हा घोळ आहेच. बोफोर्सपासून हवालापर्यंतचा भ्रष्टाचार किमान पंचवीस हजार कोटींच्या आसपास आहे, असं वर्तमानपत्रांतून कळतं. ह्या आकड्यांकडं नजर वळते; पण पुन्हा ते सगळं शाब्दिक पातळीवरच राहतं. एकेक रुपयाचं नाणं अशा पंचवीस हजार कोटी नाण्यांचा समोर कुणी डोंगर रचून दाखवला तर? एवढी संपत्ती गरिबांना लुटून व्यापारी, बिल्डर्स, स्मगलर्सना सवलती देऊन सरकार मजेत नांदत आहे, हे पाहून अनेक जण बेशुद्ध पडतील. अशा अभागी देशात स्वार्थी लोकांच्या सत्तेखाली आपल्याला जगावं लागतं आहे, म्हणून काही जण आत्महत्याही करतील किंवा काही जण इतरांची कत्तल करतील. पंचवीस हजार कोटी रुपयांचा प्रत्यक्ष गोवर्धनाएवढा पर्वत पाहून ती भव्यता पचवण्याची ताकद किती माणसांजवळ असेल? 'केव्हातरी घडू दे' असं आत्ता ह्या क्षणी मला वाटतंय. ज्या माणसांच्या, नेत्यांच्या, भ्रष्टाचार करणाऱ्यांच्या हत्या होतील त्यांची तीच लायकी होती, असं मी म्हणेन.
भारतमातेचे असले पुत्र जगून करायचेत काय? ह्या माणसांना गोळ्या घातल्या पाहिजेत. ह्या विचारापाठोपाठ दुसरा विचार मनात येतो,
'हर्षद मेहता असो, सुखराम असो, चंद्रास्वामी असो, किंवा आणखीन कुणीही असो. वर्तमानपत्रांत जेवढी नावं प्रकाशात येतात, तेवढीच आपल्याला माहीत असतात. भ्रष्टाचाराच्या या साखळीत अनेक सत्प्रवृत्त माणसं वेठीला धरली गेली असतील. त्यांनी असहकार दर्शवला, तर कोणत्यातरी कुग्रामात त्यांची बदली होईल किंवा इन्क्रीमेंट, प्रमोशन नाकारलं जाईल. ह्यांसारख्या कुटुंब उद्ध्वस्त करणाऱ्या प्रसंगांची त्यांच्या डोक्यावर टांगती तलवार कशावरून नसेल? त्या सगळ्यांना केवळ ते यंत्रणेचे बळी ठरले म्हणून सगळ्यांना गोळ्या घालायच्या का? त्या साखळीत आपला एखादा सच्छील मित्रही नाइलाजानं अडकला असेल. त्यालाही उडवायचं का? गैर मार्गानं मिळवलेला, स्विस बँकेत ठेवलेला लोण्याचा

गोळा तर त्याला दिसलाच नाही. ताकही मिळालं नसेल. फक्त रवी घुसळण्यातच त्याची दमछाक झाली असेल, त्यालाही मारायचं का?'

हे सगळे प्रश्न माझ्यासमोर लगेच उभे राहिले. अर्जुनाचं तेच झालं. सैन्य कल्पनेनं डोळ्यांसमोर आणणं आणि ते सगुणसाकार होऊन समोर येऊन उभं राहणं, ह्यांत अंतर आहे.

स्वत:च्या घरामध्ये असाध्य व्याधीनं ग्रासलेली वयस्कर व्यक्ती असेल, तर ती 'मेली तर सुटेल' असंही आपण म्हणत असतो. ती प्रत्यक्ष जाते तेव्हा काय होतं? त्या व्यक्तीच्या रिकाम्या कॉटकडं बघवतं का? तिचं नसणंच तुम्हांला इतकं व्यापून टाकतं की, तिच्या अस्तित्वाची आपण एवढी कधी दखल घेतलीच नव्हती, असं तीव्रतेनं जाणवतं. 'निराकार निर्गुण' ह्याचा अर्थ ती व्यक्ती तुमच्या मनोभूमीचा कब्जा घेते. तिथून त्या व्यक्तीला हटवता येत नाही. ती व्यक्ती ज्या खोलीत पडून होती, त्या खोलीत आपण गेलो, तरच ती आपल्याला दिसायची. तिचा पार्थिव देह नाहीसा झाला म्हणजे भावरूपानं तुम्ही जिथं जाल तिथं ती येते.

आपण तिची भरपूर शुश्रूषा केली, आपण तिची हत्या केली नाही, तरी आपला एक जगण्याचा हिस्सा गेला, असं आपल्याला जाणवतं. अर्जुनाच्या बाबतीत त्याला सरळसरळ हत्या करायची आहे. तो वृत्तीनं 'रामन् राघव' नाही. समोरचे सगळेच शत्रू नाहीत. युद्ध संपल्यावर युद्धाच्या आठवणी, काही जवळचे मारले गेले त्यांचं दु:ख आणि भीष्माचार्य, द्रोणाचार्यांसारख्या गुरूची हत्या हा कृतघ्न भाव इतकं डोक्यात असताना डोक्यावरचा राजमुकुट अंगावर सुखाचे रोमांच उठवेल का? वा अर्जुना, तू 'वीरोत्तम' होतास, ह्यात सवालच नाही. तू 'विचारोत्तम' झालास, त्यापायी सवालच सवाल निर्माण झाले, इथं सगळं बिनसलं.

एकोणतीस

माझ्यासहित अनेकांना एक प्रश्न वारंवार पडत असला पाहिजे. कुरुक्षेत्रावर सैन्यं उभी आहेत. आता फक्त इशारा होण्याचीच उणीव आहे. अशा क्षणी हत्ती आणि घोड्यांनाही एक वेगळी जाणीव झालेली असते. रेसचे घोडेही 'आता जिवाच्या आकांतानं धावायचं आहे.' ह्या तयारीत असतात. विशिष्ट सूर कानांवर पडताक्षणी 'आता आपला आयटेम आहे.' हे सर्कसमधल्या वाघ-सिंहांच्याही लक्षात येतं. तेच रणांगणावर गेल्यावर हत्ती-घोड्यांनाही समजतं. अशा वेळी श्रीकृष्ण गीता सांगताहेत आणि अर्जुन ऐकतोय. बाकी सगळ्या सैन्याचं काय? मला तर वेगळंच चित्र

दिसायचं. काहींनी पत्त्याचा डाव टाकलाय. काहींनी बुद्धिबळ किंवा सोंगट्याचा पट उघडलाय, तर अनेक जण 'जरा घरी जाऊन पडतो. युद्धाला तोंड लागलं, की कळव.' असं म्हणत घरी गेले, अशी चित्रं दिसायची.

पण 'ओशोंनी' अगदी अलीकडे घडलेल्या हकिकती सांगितल्या आणि खुद्द घरातल्या घरात एक प्रयोग करायचं आवाहन केलं. त्या प्रत्यक्ष केलेल्या प्रयोगावरून अर्जुनाला संग्रामसन्मुख करण्यासाठी कृष्णार्जुन संवाद किती गतीनं झाला असेल, त्याची कल्पना करता येते.

'ओशो' हे नाव घेताक्षणी कपाळावर आठ्या घालणाऱ्यांची संख्या शंभरपैकी पंच्याण्णव टक्के इतकी आहे, हे मला माहीत आहे.

आज त्यांनी मागं ठेवलेली संपत्ती आहे, ती न संपणारी आहे.

ज्यांची हिंमत असेल त्यांनी त्यांचे विचार ऐकावेत. गीता, उपनिषद, बुद्धधर्म, महावीर, येशू ख्रिस्त, कबीर, मुस्लिम धर्म ह्यांच्याबरोबरीनं ताओ उपनिषद, फ्रॉईड, गुर्जिएफ, न्यूटनपासून आइनस्टाइनपर्यंतच्या व्यक्तींच्या जीवनाचा अभ्यास, एक लाख ग्रंथांचं वाचन, स्वतःची सहाशे पुस्तकं आणि अवघ्या अठ्ठावन्न वर्षांत निर्वाण! त्यांच्याच गीतेवरच्या विचारांच्या आधारानं माझं लेखन चाललं आहे. नाहीतर लाओत्से, गुर्जिएफ ही नावं मी ऐकलीसुद्धा नव्हती.

यूनानमध्ये एक गुर्जिएफ नावाचा तत्त्वचिंतक होता. रूसमध्ये आस्पेंस्की नावाचा एक मोठा गणितज्ञ त्याच काळात होता. त्या काळात संपूर्ण युरोप देशात गणितावर तीनच श्रेष्ठ ग्रंथ लिहिले गेले. अरस्तू ह्या गणितज्ञांचा ग्रंथ 'आर्गानम', बेकनचा 'नोवम आर्गानम' आणि आस्पेंस्कीचा 'टर्शियम आर्गानम' हे ते तीन ग्रंथ!

गुर्जिएफनं आस्पेंस्की आणि त्यांच्या तीस शिष्यांना तिफलीसच्या एका छोट्या गावात नेलं. एका मोठ्या बंगल्यात त्या सगळ्यांना जवळजवळ तीन महिने कैदेत ठेवलं. ह्या तीस माणसांना बाहेर जाण्याची बंदी होती. एकमेकांत शब्दांनी तर सोडाच, पण हातवारे करून खाणाखुणा करून बोलायचंही नाही, अशी सक्त ताकीद होती. तसा कुणी प्रयत्न जरी केला, तरी त्याला घालवून देत असत.

फक्त कल्पना करा. तीस माणसं; पण प्रत्येक व्यक्तीला उरलेली एकोणतीस माणसं इथं उपस्थितच नाहीत, असं समजून राहावं लागलं तर काय होईल? हा लादलेला एकान्त आणि सक्तीचं मौन. आपल्या संसारात पती-पत्नीनं अहंकारानं एकमेकांशी बोलणं सोडलं असेल, तरीही मनातून दुसरी व्यक्ती संवादाचा प्रारंभ करील का, ह्याची दोघंही वाट पाहत असतात. तीस माणसं आणि नव्वद दिवस! काय झालं असेल? दुसरं काय होणार? तीन महिने पूर्ण व्हायच्या आत सत्तावीस माणसांना घालवून द्यावं लागलं. शेवटी फक्त तीन माणसं उरली. ह्या तिघांत गणितज्ञ आस्पेंस्की होता. माणूस जेव्हा दुसऱ्याला विसरतो, त्या क्षणी तो स्वतःलाही

विसरतो. स्वत:चं स्मरण दुसऱ्याच्या उपस्थितीशिवाय माणसाला होत नाही. स्वत: आणि दुसरा ही एकाच काठीची दोन टोकं आहेत.

तीन महिन्यांच्या कालावधीनंतर आस्पेंस्की स्वत:चं अस्तित्वही विसरला. तीन महिन्यांनंतर गुर्जिएफसमोर आला. त्या क्षणी आस्पेंस्कीला ऐकू आलं,

"आस्पेंस्की, चल माझ्याबरोबर चल."

आस्पेंस्की चपापला. 'ही हाक कुठून आली?' त्यानं समोर पाहिलं. गुर्जिएफ गुपचूप उभा होता. त्या क्षणी गुर्जिएफ म्हणाला,

"तू मौनाच्या अशा टप्प्यावर आला आहेस की, आपण दोघंही आता शब्दाशिवाय, मौनातून एकमेकांशी बोलू शकतो."

फयादोवन ह्या रशियन शास्त्रज्ञानं कोणत्याही उपकरणाचा आधार न घेता हजारो मैलांवर एक संदेश पोहोचवून दाखवला होता.

ओशोंनी घरातल्या घरात एक प्रयोग करून बघायला सांगितला आहे.

आपल्याच चार ते पाच वर्षांच्या मुलाला खोलीच्या एका कोपऱ्यात बसायला सांगावं, खोलीत अंधार असावा. आपण खोलीच्या दुसऱ्या कोपऱ्यात बसावं. आपण मनातल्या मनात कोणत्याही एका शब्दाचा पंधरा ते वीस मिनिटं जप करीत राहावं. त्यानंतर मुलाला तो शब्द ओळखायला सांगावं. मुलगा तो शब्द अचूक सांगतो.

हाच प्रयोग उलट्या पद्धतीनंही करता येतो. लहान मुलाला मनातल्या मनात कोणतातरी शब्द बोलायला सांगावा. मोठ्या माणसांनी त्या लहरी पकडण्याचा प्रयत्न करावा. मोठ्या माणसाच्या बाबतीत हा प्रयोग दोन-तीन दिवस करावा लागेल. माणूस ज्याला आयुष्य समजतो, ते आयुष्य बिघडवण्यापलीकडं माणूस दुसरं काही करत नाही. संवेदनक्षमतेचा ऱ्हास करीत जाणं म्हणजे आयुष्य बिघडवणं. दिवसाच्या चोवीस तासांपैकी अठरा ते वीस तास धावपळ करणारी माणसं कोरडी होत जातात. हा अनुभव कुणालाही येऊ शकतो. अशी व्यक्ती तुमच्यासमोर पाच मिनिटं बसली आणि तुम्ही साधा 'चहा हवा का?' असा प्रश्न विचारलात, तर त्या वेळी तो भानावर असतोच असं नाही. 'तुम्ही काही विचारलंत का?' असं तो तुम्हाला विचारील.

गीतेच्या बाबतीत अर्जुनाबरोबरच संजयपण एक श्रोता होता. सगळ्या प्राणिमात्राला गीता समजली, ती कृष्णाकडून नव्हे, तर संजयकडून!

गीता हा अंत:संवाद आहे. टेलिपथिक कम्युनिकेशन आहे.

महावीरांच्या संदर्भात हेच घडलं. अमर्याद समूहापर्यंत महावीरांची वाणी पोहोचणं शक्य नव्हतं. तो जेवढे शब्द बोलला, ते सगळे शब्द त्याचे नव्हते. तो मौनातून बोलायचा आणि त्याच्याजवळचे तरल मनाचे शिष्य समुदायाशी बोलायचे. म्हणूनच

महावीराच्या वाणीला 'शून्यवाणी' म्हटलं जातं.
गौतम बुद्धाच्या बाबतीत तर वेगळाच इतिहास आहे. त्यानं एकदा सगळ्या भिक्षूंना एकत्र बोलावलं. सगळ्यांनी पाहिलं, तर बुद्ध हातात एक कमळाचं फूल घेऊन बसला आहे. तो तसाच बसून राहिला. काही बोलेचना. भिक्षू भाषण, बुद्धवचन ऐकायच्या आकांक्षेने बसलेले आणि बुद्ध पाऊण तास हातातल्या कमळाकडे पाहत बसलेला. शेवटी एकानं विचारलं,
"आपण गप्प का?"
"मी बोलतोय मघापासून."
तेवढ्यात महाकाश्यप नावाचा बुद्धभिक्षू जोरजोरात हसायला लागला. बुद्धानं त्याला आपल्या हातातलं कमळ दिलं आणि बुद्ध म्हणाला,
"जे शब्दांतून सांगण्यासारखं होतं, ते मी तुम्हांला सांगत आलो. आज मौनातून जे सांगता येतं, ते मी महाकाश्यपला सांगितलं."
सगळे भिक्षू मग महाकाश्यपच्या मागे लागले, तेव्हा महाकाश्यप म्हणाला,
"शब्दांतून सांगण्याचा जो खटाटोप बुद्धानं केला नाही, तो उपद्व्याप मी तरी कशाला करू?"
त्यानंतर महाकाश्यपने फक्त सहा भिक्षूंना जे सांगायचं, तेही मौनातूनच सांगितलं. ह्या सगळ्या खटाटोपात नऊशे वर्षं गेली म्हणतात. त्यानंतर आठवा बोधिधर्म चीनमध्ये गेल्यावर त्यानं प्रथम घोषणा केली, तेव्हा चीनच्या नागरिकांनी विचारलं,
"तू आता सांगायला उद्युक्त का झालास?"
तेव्हा बोधिधर्म म्हणाला,
"शांतपणे ऐकणारे आता कुणीच उरलेले नाहीत. मौनातून जाणून घेणारे संपले. आता बोललो नाही, तर बुद्धाची वाणी माझ्याबरोबरच संपेल. आता माझं आयुष्य संपत आलं. आता जेवढं चुकीचं असेल, तेवढं तसं आणि सही-न सही जे उमटेल ते, ह्याचा विचार न करता मला बुद्धवचनं प्रकट करावीशी वाटतात, तेही नाइलाजानं. ह्या सगळ्यापेक्षा जास्त महत्त्वाचा घटक आहे, तो म्हणजे 'समय'. ह्यासाठी एकच शब्द चपखल आहे, तो म्हणजे 'टाइम स्केल'. 'समयमापदंड' हा शब्द फार आडदांड वाटतो. मौनावस्थेतलं 'टाइम स्केल' वेगळं असतं; संवादातलं वेगळं.
खुर्चीत बसल्याबसल्या आपल्याला दहा मिनिटं डुलकी लागते; स्वप्नही पडतं – आपण ट्रिपला चाललो आहोत, दारापाशी गाडी आलेली आहे. आपण फराळाचे डबे घेतले. सतरंजी, टिफिन, पाण्याच्या बाटल्या, टेपरेकॉर्डर, आवडत्या गाण्यांच्या कॅसेट्स शोधल्या, दाराला कुलूप लावलं, सगळ्या आमंत्रितांना गाडीत बसवलं आणि ड्रायव्हरला बोलवायचं म्हणून व्हॅनचा हॉर्न वाजवू लागलो. प्रत्यक्षात त्याच

वेळी टेलिफोन वाजत असतो. आपल्याला जाग येते. स्वप्नातल्या हॉर्नचा आवाज आणि टेलिफोनची बेल ह्याची आवाजासहित सांगड कशी अचूक ठरते, हे कोडं कधीच सुटत नाही. स्वप्नाचा कालखंड मिनिट-सव्वा मिनिटाचा असतो.

कधीकधी एवढ्याच कालावधीत आपण मोठे झालो, लग्न लागलं, मूल झालं आणि त्याचं आता बारसं आहे, पाळण्यात ठेवताना ते रडतं आहे, त्याला गप्प करण्यासाठी आपण भांड्यावर चमचा आपटत असतो आणि त्याच वेळेला प्रत्यक्षात दारावरची 'डिंगडाँग' कॉलबेल वाजत असते.

ह्या सगळ्या घटना वास्तवात घडण्यासाठी किती कालावधी जातो ते प्रत्येकाला माहीत आहे. फार कशाला? मिनिट-दीड मिनिटात स्वप्नात जे जे पाहिलं ते सगळं कागदावर उतरवायचं ठरवलं, तर दहा-पंधरा मिनिटं लागतील. यालाच 'टाइम स्केल' म्हणतात. 'समयपरिमाण' म्हणावं.

याव्यतिरिक्त असं म्हणतात की, पाण्यात बुडून मरणाऱ्या माणसाला दीड-दोन मिनिटांत घटनांसहित संपूर्ण आयुष्य डोळ्यासमोरून चित्रपटासारखं दिसून जातं. नेहमीच्या जगण्यातसुद्धा हे 'स्केल' चोवीस तासांत कितीतरी वेळा बदलतं. आवडत्या व्यक्तीच्या सहवासात किती वेळ गेला कळत नाही. त्याच आवडत्या व्यक्तीच्या प्रतीक्षेत काळ नकोसा वाटतो. आगमनाचा क्षण उगवणारच नाही, असं वाटत राहतं. घरात कुणी आप्तजन शेवटच्या घटका मोजत पडला आहे. खरंतर तो कोमातच आहे. काळ त्याच्यापुरताच थांबला आहे. 'उद्या सकाळचीही आशा नाही' असं डॉक्टरांनी सांगितलं आहे. अशा प्रसंगी ती रात्र संपणारच नाही, इतक्या तासांची रात्र आयुष्यात पाहिली नव्हती, असं वाटत राहतं. एकतीस डिसेंबरची प्रेयसीबरोबरची रात्र संपली कधी? आणि त्याहीपेक्षा महत्त्वाचा सवाल, 'का संपली?' हा असतो. आनंदाच्या प्रसंगी वेळ 'वेळ' राहत नाही. महावीर, येशू, तुकाराम, नामदेव, ज्ञानेश्वर, बुद्ध, कुणीही असो. आनंद आणि त्याहीपेक्षा समाधीचा अनुभव असेल, तर तो समयरहित अनुभव असतो.

ह्या संदर्भात नारदमुनींच्या आयुष्यातली आख्यायिका आठवते. नारदांनी जितक्या ऋषिमुनींना 'जग म्हणजे काय?' असा प्रश्न विचारला, तेव्हा सगळे ऋषिमुनी एका पार्टीचे सभासद असावेत, अशा थाटात म्हणाले,

"जग म्हणजे माया.''

प्रत्यक्ष परमेश्वरानं सांगितलं,

"माया म्हणजे काय ते नंतर सांगतो. आत्ता मला तहान लागली आहे. थोडं पाणी आण.''

नारदमुनी निघाले. त्यांनी एका घराचा दरवाजा ठोठावला. एका सौंदर्यवतीनं दार

उघडलं आणि नारद सगळं विसरले. ते भारावले. मोहात पडले. त्यांनी तिच्याशी लग्न केलं. संसार बहरू लागला. पाळणा हलला. एक-दोनदा नव्हे तर अनेकदा पाळणे हलले. वार्धक्य टपलेलंच असतं. वृद्धापकाळ आला आणि एका पावसाळ्यात प्रचंड पूर आला. गाव वाहून गेलं. पत्नीला, मुलाबाळांना वाचवायचं, तर शरीर थकलेलं. शेवटी त्या महापुराकडं नारद नुसते बघत राहिले. नदीचं रौद्र रूप पाहून त्यांनी डोळे मिटले आणि परमेश्वरानं विचारलं, "पाणी मागितलं होतं त्याचं काय?"
नारदमुनींनी गडबडून विचारलं,
"माझी बायको कुठाय? मुलं, बाळं...."
परमेश्वरानं सांगितलं,
"जे प्रत्यक्ष आहे, त्याला माया कसं म्हणता, ह्याचं उत्तर तुला हवं होतं ना? आता ऐक. जे आहे ते प्रत्यक्ष अनुभवण्याचा जो हिस्सा आहे, त्याला माया म्हणत नाहीत, पण जे घडतं आहे ते सगळं काळाच्या तराजूनं पाहिलं, जे घडतंय ते शाश्वत टिकावं ही धडपड सुरू झाली की, ती माया झाली. संसार समयाच्या माध्यमातून अनुभवलेलं सत्य आहे आणि निव्वळ साक्षिभावानं, समय-शून्यतेच्या माध्यमातून पाहिलं, तर सत्य हाच संसार आहे."
ही सगळीच भाषा-संकल्पना गूढ आहे. ह्यांचा स्वीकार करणं माझ्याही बुद्धीपल्याड आहे. सत्य आहे ते एकच.
गीतेत सांगितलेलं तत्त्वज्ञान. ते त्रिकालाबाधित आहे. सामान्य माणसांना असामान्य भूमिकेपर्यंत नेण्याची विराट शक्ती गीतेत आहे.

तीस

महाभारताला फक्त प्रारंभ आहे, अंत नाही, हे पुन्हा आवर्जून सांगावंसं वाटतं. माणूस हेच महाभारत! मूळ प्रश्नाला टाळायचं, बगल द्यायची, परदेशात पळायचं. भारतात परतल्यावर सहकार्य देईन हे लंडन न सोडता सांगायचं. पैसा पक्षासाठी जमा केला म्हणायचं.
ज्यात 'राम' नाही, तेच 'सुख' मानायचं. सुखराम नावातच 'सुखा'चा क्रम पहिला आहे. त्यांचे आजारपणाचे फोटो पहिल्या पानावर बघायचे. मूळ प्रश्नाला बगल देणं हेच महाभारत!
एका शेटजींनी पंधरा वर्षं नोकराचा पगार वाढवला नाही. कारण देताना तो म्हणाला, "नोकराला इन्कमटॅक्स भरायला लागू नये, म्हणून पगार वाढवत नाही."

एका क्लबमध्ये कॉकटेल पार्टी चालली होती. एक माणूस मायक्रोफोनसमोर आला आणि त्यानं सगळ्या सभासदांना आवाहन केलं, ते असं,

"स्वत:ची बायको वगळल्यास मी परस्त्रीचं चुंबन घेतलं नाही, असं जो जाहीररीत्या सांगेल, त्याला ही पाच हजार रुपयाची फेल्टहॅट क्लबतर्फे भेट म्हणून दिली जाईल."

घोषणा झाल्याबरोबर प्रत्येक पत्नी आपापल्या नवऱ्याला डिवचू लागली. एका नवऱ्यानं पत्नीला सांगितलं,

"ह्या क्षणी मी स्टेजवर जाऊन तसं जाहीर करायला तयार आहे."

"मग जा ना!"

"गेलो असतो; पण मी फेल्ट हॅट वापरतच नाही ना!"

आजचे सुखराम टोपी घट्ट पकडून सांगतात,

"माझ्या घरातला पैसा काँग्रेस पक्षाचा आहे."

लगेच विठ्ठलराव कमरेवरचे हात सोडून जाहिर करतात,

"हा पैसा आमच्या पक्षाचा नाही."

निवडणुकीच्या एका काळात ह्याच विठ्ठलरावांच्या घरासमोर त्यांचं मोठं पोस्टर लावलं होतं आणि विठ्ठलरावांच्या पोर्ट्रेटखाली मोठ्या अक्षरात लिहिल्याचं ऐकलं होतं,

'ह्यांना आपण पाहिलंत? ओळखता का?'

इतकं जळजळीत विखारी मजकुराचं पोस्टर स्वत:च्या घरासमोर लावूनही त्याची खंत नाही. पुणेकरांनी आपलं चातुर्य नाना फडणवीसाप्रमाणे दाखवलं. गावाची अस्मिता सांभाळली. स्वत:च्या घरासमोरचा हा फलक ज्यांना दिसला नाही, ते धृतराष्ट्र की निवडणुकीपुरते गांधारी?

डोळे मिटले, म्हणजे दृश्य टाळता येतं. नजरेपेक्षा स्पर्श महत्त्वाचा. खुर्चीचा स्पर्श तुम्हांला आंधळं, बहिरं, मुकं बनवतो.

हेच महाभारत!

मुख्य गोष्ट करायची नसली की, माणसांना अनेक कारणं सापडतात. परीक्षेचा अभ्यास झालेला नसला, म्हणजे लहान मुलंही हुकमी आजारी पडतात. अशी कितीतरी उदाहरणं देता येतील. पण उदाहरणं देऊन कोणताही सिद्धान्त मांडता येत नाही. आयुष्य गणित नाही. आयुष्य शास्त्र नाही. ती एक कला आहे. म्हणूनच प्रत्येकाला स्वत:ची पायवाट स्वत:ला तयार करीत-करीत आयुष्य समृद्ध करायचं असतं. दोन महाशहरांना जोडणारा जर तो 'हायवे' असता, तर सगळे संसार त्या मार्गानं सुसाट सुटले असते. कदाचित माणसांना माणसांची गरज उरलीच नसती. आजही माणसं एकमेकांत फार गुंतलेली आहेत, अशी परिस्थिती नाही.

'एकमेकांवाचून आम्हांला क्षणभर करमत नाही' किंवा 'हे सगळं कुणासाठी करतोय?' हे बहाणे आहेत.

आयुष्य ही कला आहे, म्हणूनच त्यात विविधता आहे; रंग आहेत. तिथं बहाणे नाहीत. बहाणे सुरू झाले की जीवन बेरंगी होतं आणि कालांतरानं 'बहाणा' हाच सहजधर्म होतो. अर्जुनाचाही सगळा बहाणाच होता.

ह्या युद्धानं काय होणार? मनुष्यवध किती? घरं उजाड होतील. वर्णसंकर माजेल. ह्या सगळ्या गोष्टींचा विचार त्यानं आत्तापर्यंत कधी केला होता? जर नव्हता, तर हे प्रश्न म्हणजे सगळी चलाखी होती.

आपल्या सगळ्यांमध्ये सूडाची भावना नाही का?

'मेल्या, तुझं तळपट होवो!' ही भाषा एका पिढीची होतीच ना? शारीरिक, आर्थिक, सामाजिक पातळीवर आणि त्याहीपेक्षा राजकीय स्तरावर. 'आपल्या हातांत काही नाही' हे जाणवल्यावर सामान्य माणसाची जी घालमेल होते, ती हिंसाच नाही का? आपल्या स्वत:च्या वयात आलेल्या मुलांनाही बेदम मारपीट करणारा बाप, 'तुझ्या चांगल्यासाठी मी हात उचलतोय' हाच युक्तिवाद पुढं करतो. 'मी मुळातच तापट आहे.' हे मान्य करायची हिंमत कुणाजवळ आहे? पलायनवाद हाच आयुष्याचा 'शॉर्टकट' हे एकदा ठरवलं की, बहाण्यांना तोटा नाही. आपण दुसऱ्या माणसाला जाता-जाता फसवू शकतो, ह्या भ्रमातही अनेक जण असतात. ओळखणारा काय ते ओळखतो. पुष्कळ माणसं फसतातही.

'हसण्यासाठी जन्म आपुला' ह्या ओळी गुणगुणणारे फार दुर्मीळ! नव्वद टक्के माणसं, 'फसण्यासाठी जन्म आपुला' ह्या ओळी म्हणतच यात्रा संपवतात.

काही बहाणे विनोदी आणि मार्मिकही असतात. मला भाऊ किराणे आठवतात आणि त्यांच्या सौभाग्यवती रंगूताई. मुलामुलींचे संपन्न संसार आणि काही मुलींचे केवळ कष्टमय संसार पाहत-पाहत रंगूताईंनी यात्रा संपवली.

भाऊ एकटे राहिले, पण वडिलांचा आदर राखणारा समर्थ मुलगा आहे म्हणून एकटे पडले नाहीत. भाऊ मागच्या पिढीतले. जेमतेम चार बुकं शिकलेले. ओगलेवाडीत आयुष्य. मुलगा-मुलगी डॉक्टर झालेली. एक अमेरिकेत स्थायिक. सुशिक्षित मुलांच्यात आपण अगदीच अनभिज्ञ राहायचं नाही म्हणून रंगूताई रोज झाडांना पाणी घालता-घालता एकेक इंग्लिश शब्द शिकत गेल्या.

भाऊंच्या मिश्कील स्वभावानं वेगळं धोरण आखलं. 'ब्रिटिशांनी भारताला स्वातंत्र्य दिल्यापासून तत्त्व म्हणून मी इंग्लिश सोडलं.' असं सांगत भाऊ गावकऱ्यांवर इम्प्रेशन पाडून मोकळे होत.

बहाणे कोणत्या प्रांतात नाहीत? 'अमकेतमके अत्यंत दानशूर' असा लौकिक कितीतरी जणांचा असतो.

काही सन्मान्य अपवाद वगळले, तर दानशूर म्हणून महिमा लाभलेले कमालीचे

कृपण असतात. कृपणत्व झाकण्यासाठी दानधर्म करावाच लागतो. अशा माणसांच्या बाबतीत 'दानशूरत्व' हा बहाणा कृपणता झाकण्यासाठीच असतो.

वस्तुत: आपल्याला जे करायचं असतं, तेच आपण शोधत असतो; पण तसं करताना जे व्हायला हवं आहे तेच आम्ही शोधत आहोत, ह्याची नाटकं चालतात.
आम्हांला भ्रष्टाचारच हवा आहे, पण हवाला द्यायचा तो शुद्ध चरित्रशोधाचा! 'भ्रष्टाचार निर्मूलन समिती' स्थापन होते. ह्याचाच अर्थ हा की, भ्रष्टाचार आहे हे मान्य करणं. 'मुंबई स्वच्छ आणि हिरवीगार करायची आहे' हे जाहीर करणं म्हणजे ती गलिच्छ आहे, हे कबूल करणं. विकास करायचा आहे, तर सरळ कामालाच लागा ना, त्यासाठी 'योजना' कशाला? एक कोटीच्या आसपास लोकसंख्या असलेल्या मुंबईसारख्या शहराची स्वच्छता जेमतेम लाख-दीड लाख कर्मचाऱ्यांनी ठेवायची, हा कोणता हिशेब झाला?
आपल्या परिवारातही घरातल्या कर्त्या, सो कॉल्ड कुटुंबप्रमुखांनी टॉवेलसुद्धा जागेवर ठेवायचा नाही आणि इतरांनी तो सारखा उचलून ठेवायचा. बेशिस्त बापानं मुलीनं तिचा युनिफॉर्म तातडीनं जागेवर ठेवावा नाहीतर 'मारीन' हा धाक दाखवायचा आणि शिस्तप्रिय आहोत, हा बहाणा करायचा, ह्याला नेमकं कोणतं नाव द्यावं? हे चार माणसांच्या परिवारात होतं. मग एक कोटी लोकसंख्येच्या शहराचं काय होईल?
'मेरा भारत महान'सारख्या पाट्या मी दुबई, मस्कत, सिंगापूर, हाँगकाँग, बँकॉक, लंडन, अमेरिका, ऑस्ट्रेलिया कुठंच पाहिल्या नाहीत. तिथं प्रत्येक नागरिक आपण होऊन स्वच्छता पाळतो. बसचं तिकीट प्रवास संपताक्षणी कुणी रस्त्यात टाकलं, तर तिथल्या तिथं दंड होतो. भारतात पोलीसच पिचकाऱ्या टाकतात. नेहरूंपासून सुखरामपर्यंत सगळे परदेशांत जातात. तिथं जाऊन काय शिकतात? काय अंगात मुरतं? आपल्या देशात त्यापैकी काय रुजवतात?
शून्य!
अंगात मुरेल कधी? ते मुळात स्वच्छ असेल तर. टीपकागदाचीसुद्धा शोषून घेण्याची मर्यादा असते. तो अगोदरच थबथबलेला असेल, तर त्याचाही नाइलाज होतो. भ्रष्टाचाराच्याच धमन्या शरीरातून वाहत असतील, तर रक्तात चांगल्या गोष्टी भिनणार कधी?
म्हणून फलक लावायचे.
काय व्हायला हवं आहे तेच करीत आहोत, हे दाखवायचं.
निसर्ग आणि माणूस ह्यांच्यात हाच फरक आहे. सफरचंद हवी असताना पेरूचं किंवा डाळिंबाचं रोप लावून दाखवा आणि सफरचंद येतात का पाहा. जमीन इमानी

आहे, म्हणूनच तिचा लिलाव होतो. बेइमानी राज्यकर्ते इमानदार माणसांचीच गळचेपी करीत नाहीत, तर जमिनीही बळकावतात. बेइमानी माणसं इमानदार जमिनीचा भाव वाढवतात, ह्याचा अर्थ तो इमानाचा सन्मान नव्हे. तो 'अर्था'चा सन्मान! जमिनीच्या इमानाबद्दल काय बोलावं? दोन नंबरचा पैसा जितक्या प्रमाणात असेल, तेवढ्या प्रमाणात एखाद्या इमारतीचा तेवढा भाग कोसळला, असा चमत्कार घडू लागला, तर सत्तर टक्के इमारती कोसळतील. 'भ्रष्टाचार निर्मूलन समिती' ह्या खात्यासाठी 'म्हाडा'मध्ये जागा मिळवायची असेल, तर त्या ऑफिसलाही दक्षिणा द्यावी लागेल.

अर्जुन वर्णसंकरापासून अराजकापर्यंत समस्या का उभ्या करीत आहे? सरळ सरळ 'राज्यच नको, म्हणून युद्ध नको' ह्या भूमिकेत का जात नाही?
कारण एकच.
राज्य हवं आहे, सत्ता हवी आहे, हे सरळ सरळ मान्य करायचं धाडस नाही. कृष्ण गप्प बसणारा नाही. तो अर्जुनाला कृष्णत्वाच्या पातळीपर्यंत नेणार, नेतो.
आज वाटतं,
कृष्णत्व म्हणजे पूर्णत्व.
वैचारिक पातळीवरचं पूर्णत्व.
ममत्व, अहंकारशून्य पातळीवरचं पूर्णत्व!
निष्काम कर्मयोग म्हणजे तरी काय?
'जर'-'तर'ची भाषा विसरणं, अनूकंडिशनल होणं. मागणी नसताना काम करायला, स्वार्थ नसताना 'कार्यात झोकून द्यायला' वेगळा निग्रह लागतो. कारण तिथं राहतो सेवाभाव. मनात असतं समर्पण!
प्रेमातून भक्तीकडं नेणारा सोपान. बहाणे संपले की, मागं उरतात शुद्ध हेतू.
हेतूंच्या पलीकडचा टप्पा म्हणजे मोकळेपणी हेतू प्रकट करण्याचं धाडस.
संवाद करण्याची भूमिका, ओढ.
त्यासाठी मूळ आयुष्यावर प्रेम हवं. स्वत:वर हवं.
आपण आपली निर्भर्त्सना करीत राहिलो, तर कुटुंब, परिवार आणि समाजावर कधी प्रेम करणार?
अवघ्या अस्तित्वावर प्रेम हवं. किमान समोरच्या माणसावर हवं. त्यासाठी संवाद हवा. भावना व्यक्त करण्यासाठी संवाद. पण संवाद शब्दातला 'सं' जागा चुकून 'भावना' शब्दामागे पडला, तर मागं उरतो, तो 'वाद'. आणि भावनेची 'संभावना' होते.
कृष्ण आणि अर्जुन दूर ठेवू.
आपण सगळे अर्जुन असलो, तरीही प्रत्येक अर्जुनात कृष्ण आहे.

त्याचं नाव श्रेयस. आपण त्याची गळचेपी करतो. प्रेयसला कृष्ण मानतो. त्याच क्षणी कृष्ण अंतर्धान पावतो. मागं उरतो अर्जुन.

'सीदन्ति मम गात्राणि' म्हणणारा.

म्हणजे कोण?

तर तुम्ही आणि मी!